D1763501

சொர்க்கத் தீவு

கிழக்கு பதிப்பக வெளியீடுகளாக சுஜாதாவின் புத்தகங்கள்

21ம் விளிம்பு
24 ரூபாய் தீவு
6961
அப்பா, அன்புள்ள அப்பா
அப்ஸரா
அனிதா - இளம் மனைவி
அனிதாவின் காதல்கள்
அனுமதி
ஆ..!
ஆட்டக்காரன் சிறுகதைகள்
ஆதனிலால் காதல் செய்வீர்
ஆயிரத்தில் இருவர்
ஆர்யபட்டா
ஆழ்வார்கள்:ஓர் எளிய அறிமுகம்
ஆஸ்டின் இல்லம்
இதன் பெயரும் கொலை
இரண்டாவது காதல் கதை
இருள் வரும் நேரம்
இளமையில் கொல்
இன்னும் ஒரு பெண்
உள்ளம் துறந்தவன்
ஊஞ்சல்
எதையும் ஒரு முறை
என் இனிய இயந்திரா
என்றாவது ஒரு நாள்
ஐந்தாவது அத்தியாயம்
ஒரு நடுப்பகல் மரணம்
ஒரே ஒரு துரோகம்
ஓடாதே
ஓரிரவில் ஒரு ரயிலில்
ஓரிரு எண்ணங்கள்
ஓலைப்பட்டாசு
கடவுள் வந்திருந்தார்
கமிஷனருக்குக் கடிதம்
கம்ப்யூட்டரே ஒரு கதை சொல்லு
கம்ப்யூட்டர் கிராமம்
கரையெல்லாம் செண்பகப்பூ
கற்பனைக்கும் அப்பால்
கனவுத் தொழிற்சாலை
காயத்ரி
குருபிரசாத்தின் கடைசி தினம்
கை
கொலை அரங்கம்
சிங்கமய்யங்கார் பேரன்
சில வித்தியாசங்கள்
சிவந்த கைகள்
சிறுகதை எழுதுவது எப்படி?
சின்னச் சின்னக் கட்டுரைகள்
சொர்க்கத் தீவு
டாக்டர் நரேந்திரனின் வினோத வழக்கு
தங்க முடிச்சு
தப்பித்தால் தப்பில்லை
திசை கண்டேன் வான் கண்டேன்
தீண்டும் இன்பம்
தூண்டில் கதைகள்
தேடாதே
தோரணத்து மாவிலைகள்
நகரம் சிறுகதைகள்
நிர்வாண நகரம்
நில் கவனி தாக்கு
நில்லுங்கள் ராஜாவே
நிறமற்ற வானவில்
நிஜத்தைத் தேடி
நைலான் கயிறு
பதினாலு நாள்கள்
பத்து செகண்ட் முத்தம்
பாதி ராஜ்யம்
பாரதி இருந்த வீடு
பிரிவோம் சந்திப்போம்
ப்ரியா
மண்மகன்
மத்யமர்
மலை மாளிகை
மனைவி கிடைத்தாள்
மாயா
மிஸ் தமிழ்தாயே நமஸ்காரம்
மீண்டும் ஒரு குற்றம்
மீண்டும் தூண்டில் கதைகள்
மீண்டும் ஜீனோ
முதல் நாடகம் - நாடகங்கள்
மூன்றுநாள் சொர்க்கம்
மெரீனா
மேகத்தைத் துரத்தியவன்
மேலும் ஒரு குற்றம்
மேற்கே ஒரு குற்றம்
ரயில் புன்னகை
ரோஜா
வசந்த காலக் குற்றங்கள்
வாய்மையே சில சமயம் வெல்லும்
வாரம் ஒரு பாசுரம்
வானத்தில் ஒரு மௌனத்தாரகை
விக்ரம்
விடிவதற்குள் வா
விபரீதக் கோட்பாடு
விருப்பமில்லா திருப்பங்கள்
விரும்பிச் சொன்ன பொய்கள்
விவாதங்கள் விமர்சனங்கள்
விழுந்த நட்சத்திரம்
வைரங்கள்
ஜன்னல் மலர்
ஜீனோம்
ஜோதி
ஸ்ரீரங்கத்து தேவதைகள்

சொர்க்கத் தீவு

சுஜாதா

கிழக்கு

சொர்க்கத் தீவு
Sorga Theevu
by Sujatha
Sujatha Rangarajan ©

Kizhakku First Edition: November 2010
168 Pages

ISBN 978-81-8493-592-9
Title No. Kizhakku 578

Kizhakku Pathippagam
177/103, First Floor,
Ambal's Building, Lloyds Road,
Royapettah, Chennai 600 014.
Ph: +91-44-4200-9603
Email : support@nhm.in
Website : www.nhm.in

Cover Image : Shutterstock

Kizhakku Pathippagam is an imprint of New Horizon Media Private Limited

This book is sold subject to the condition that it shall not, by way of trade or otherwise, be lent, resold, hired out, or otherwise circulated without the publisher's prior written consent in any form of binding or cover other than that in which it is published and without a similar condition including this the rights under copyright reserved above, no part of this publication may be reproduced, stored in or introduced into a retrieval system, or transmitted in any form or by any means (electronic, mechanical, photocopying, recording or otherwise), without the prior written permission of both the copyright owner and the above-mentioned publisher of this book.

'மிஸ்டர் அய்ங்கார்! இங்கே மனிதர்கள் எப்படி மதிக்கப்படு கிறார்கள் தெரியுமா? நீங்கள் முழு விவரம் கேட்டால் திடுக்கிடு வீர்கள். உலகத்தில் எங்கேயும் இம்மாதிரி நிகழ்வதில்லை. ஒவ்வொரு நாளும் காலை சுகாதாரப் பகுதியில் அவர்களுக்கு மருந்து தரப்படுகிறது. அவர்கள் தேக புஷ்டிக்கு என்று சொல்லப் படுகிறது. மருந்து அதற்கல்ல. அவர்களின் சன்னமான உணர்ச்சி களைக் கொல்வதற்கு. அவர்களது பலாத்கார எண்ணங்களை எல்லாம் சாகடிப்பதற்கு. அவர்கள் உள்ளே ஊறும் செக்ஸ் உணர்ச்சி களை மடிய வைப்பதற்கு. சிறு வயதிலிருந்தே பன்னிப் பன்னி போதித்த பாடங்கள் அவர்களை அடிமைகள் ஆக்குகின்றன. அவர் களுக்குத் தாய், தந்தை கிடை யாது.'

முன்னுரை

இந்தக் கதை சயன்ஸ் ஃபிக்ஷன் என்ற ரீதியில் நான் முயன்ற முதல் தொடர்கதை. இதற்கு முன் இரண்டு, மூன்று சிறுகதைகள் இந்த வகையில் எழுதி இருக்கிறேன். குறிப்பாக 'ஒரு நாள்' (கல்கி தீபாவளி மலர் 1971).

தப்பான சில அம்சங்களை எதிர்பார்ப்பவர்களுக்கு இந்தக் கதை மிகவும் ஏமாற்றம் தரும். என்னடா இவன் அய்ங்கார் அய்ங்கார் என்கிறான், கம்ப்யூட்டர் என்கிறான், சில பெண்கள் வருகிறார் கள், சாப்பிடுகிறார்கள். திருப்பித் திருப்பி இதேதானா என்று நினைப்பவர்கள் - மன்னிக்கவும் - கதையின் ஆதாரமான செய்தியை நீங்கள் புரிந்துகொள்ளவில்லை.

'ஆதாரமான செய்தி என்ன இருக்கிறது இதில்?' என்று கேட்பவர் களுக்கு உபயோகமாகச் சில குறிப்புகள் தரவே இதை எல்லாம் எழுதுகிறேன். அதற்கு முன் சில குற்றச்சாட்டுகள்.

இந்தக் கதை தொடர்கதையாக வந்தபோது 'ஜார்ஜ் ஆர்வெல்லின் '1984' போல இருக்கிறது' என்று ஒருவர் எழுதியிருந்தார். மற்றொருவர் ஆல்டஸ் ஹக்ஸ்லியின் 'ப்ரேவ் நியூ வர்ல்ட்' என்றார். பிறிதொரு பெண்மணி ஐரா லெவினின் 'திஸ் பர்ஃபெக்ட் டே' என்றார். இவர்கள் எல்லாரும் சொல்கிறபடி நான் காப்பி அடிக்கவேண்டும் என்றால் ஒரு லைப்ரரியையே அடித்திருக்கவேண்டும். பின் அவர்கள் சொன்ன குற்றச் சாட்டு களில் அர்த்தமில்லையா? பார்க்கலாம்.

நான் மேற்சொன்ன நாவல்களை எல்லாம் படிக்கவே இல்லை என்று சொல்வது சிறுபிள்ளைத்தனம். மேற்சொன்ன புத்தகங்கள்

என்ன, நிறைய சயன்ஸ் ஃபிக்‌ஷன் புத்தகங்கள் படித்திருக்கிறேன். என் நண்பர்களுக்கு நான் சில ஆசிரியர்களைச் சிபாரிசு செய்கிறேன்.

Arthur Clarke, Ray Bradbury, Henry Slesar, Theodore Sturgeon, Anthony Burgess.

பெரும்பாலும் எல்லா சயன்ஸ் ஃபிக்‌ஷன் நாவல்களிலும் சில பொதுவான அம்சங்கள் இருக்கின்றன.

அவை:

1. எதிர்காலத்தைப் பற்றி அவை சொல்லும்.

2. இன்றைய சமுதாய அமைப்புக்குப் பதிலாக, மாறுதலாக ஒரு புதிய அமைப்பை - ஒருவித உடோபியாவை அவற்றில் சொல்வார்கள்.

3. அந்தப் புதிய அமைப்புக்கு எதிராக ஒருவன் முயற்சி செய்வான்.

'1984' என்கிற நாவல் மிக அதீதமான யுத்த பயத்தின் அடிப்படையில் பீடிக்கப்பட்ட ஜனங்கள் விழித்துக்கொண்டே வாழும் கெட்ட சொப்பனம் போன்ற வாழ்க்கையைப் பற்றியது. இதில் சரித்திரம் தினம் தினம் மாற்றி எழுதப்படுகிறது. உண்மை என்பது மணிக்கு மணி மாறுகிறது. இந்த அமைப்பை எதிர்த்த ஒருவனின் தோல்வியைப் பற்றியது இந்த நாவல்.

ஹக்ஸ்லியின் 'ஃப்ரேவ் நியூ வர்ல்ட்' விஞ்ஞான முறைப்படி டெஸ்ட் டியூப்களில் சுத்தமாக நிர்ணயிக்கப்படும் புதிய வர்ணாஸ்ரம தர்மத்தைப் பற்றியது. இதையும் ஒருத்தன் எதிர்க்கிறான்.

ஐரா லெவின்னின் 'திஸ் பர்ஃபெக்ட் டே' என்பதில் அகிலம் முழுவதையும் ஒரு ராட்சஸ கம்ப்யூட்டர் ஆள்கிறது. ஒரே ஒரு பிரதேசத்தில் மட்டும் மக்கள் அகதிகளாகத் தப்பித்துக்கொண்டு பழைய வாழ்க்கை, அதன் சுகதுக்கங்கள் சகிதம் கூட்டமாக, அழுக்காக, சந்தோஷமாக வாழ்கிறார்கள். கதாநாயகன் ஆள் திரட்டிக்கொண்டு கம்ப்யூட்டர் ஆட்சியை எதிர்க்கச் செல்கிறான். அவனுக்கு அங்கே ஒரு ஆச்சரியம் காத்திருக்கிறது. அவன் வாழ்ந்த அந்த சுதந்தரப் பிரதேசம்கூட கம்ப்யூட்டர் ப்ரோகிராம்களின் சாகசங்களில் ஒன்று. அவன் தப்பித்துத் திரும்ப வருவதுவரை எல்லாமே முன்பே நிர்ணயிக்கப்பட்ட விஷயம்.

இப்போது சொல்லுங்கள், Am I cleared?

ஆனால் நான் படித்த நாவல்களின் பாதிப்பு சொர்க்கத் தீவில் இல்லவே இல்லை என்று சூடம் அணைத்துச் சத்தியம் பண்ணுவதற்கு நான் தயாராக இல்லை. நிச்சயம் இருக்கிறது. ஹக்ஸ்லியின் போகனோவ்ஸ்கி முறையைப் பற்றி ஒரு அத்தியாயத்தில் குறிப்பிட்டிருக்கிறேன். லெவின் ஒரு குறிப் பிட்ட வயது எல்லைக்குப் பின் மக்கள் கொல்லப்படுவதைத் தன் புத்தகத்தில் சொல்லி இருக்கிறார்.

சொர்க்கத் தீவு ஒரு மானசீகத் தீவு. ஒரு எதிர்காலத் தீவு. என் அபிப்ராயத்தில் எதிர்காலத்தில் எலெக்ட்ரானிக்ஸ் நம் அந்தரங்க வாழ்க்கையில் மிகவும் குறுக்கிடப் போகிறது. நான் ஒரு எலெக்ட்ரானிக்ஸ் இன்ஜினியர் என்பதனால் இதைச் சொல்ல வில்லை. *1948*-ல் கண்டுபிடிக்கப்பட்ட டிரான்சிஸ்டர் இன்று நம் கிராமங்களில்கூட பரவி இருக்கிறது. சிம்னி விளக்கை அணைத்துவிட்டு குடிசைக்குள் இருட்டில் பக்கத்தில் தேடுபவர் களை நிரோத் உபயோகிக்க பேட்டரி சக்தியில் ரேடியோ வற்புறுத்துகிறது. அச்சடித்த வார்த்தைகளை சாசுவத சாத்தியங் களாக, தெய்வ வாக்காக நாம் ஏற்றுக்கொள்கிறோம்.

நாளைக்கே செய்தித்தாள், ரேடியோ, தொலைக்காட்சி எல்லாம் சேர்ந்து ஒரு அந்தரங்க சதியாக, ‘மூன்றாம் உலக யுத்தம் தொடங்கிவிட்டது; மேற்கத்திய நாடுகள் போட்டியிட்டுக் கொண்டு அணு ஆயுதங்களை வெடித்து தெர்மோ ந்யூக்ளியர் தாண்டவம் ஆடுகின்றன’ என்று அறிவித்தால் நாம் நம்பத்தான் போகிறோம். எனவே Communication Mediaவைக் கட்டுப் படுத்துபவர்கள் உலகையே கட்டுப்படுத்த முடியும். மற்றொரு முன்னேற்றம் மருந்துகள்.

இன்று தூங்கவைப்பதற்கு மருந்துகள் இருக்கின்றன. விழித்துக் கொண்டு இருப்பதற்கு, வலியை வெல்லுவதற்கு, கடவுளைக் காட்டுவதற்கு, இயற்கையை ஏமாற்றி கர்ப்பத்தைத் தடுப்பதற்கு, எத்தனையோ விஷயங்களுக்கு வண்ண வண்ண மாத்திரைகள் இருக்கின்றன. மருந்துகள்மூலம் மனித மனங்களைக் கட்டுப் படுத்தும் நாட்கள் அதிக தூரத்தில் இல்லை.

சொர்க்கத் தீவில் இந்த மாதிரி கட்டுப்படுத்தப்பட்ட ஒரு சமுதாயத்தைப் பற்றித்தான் சொல்ல முயன்றிருக்கிறேன்.

'நூற்றுக்கணக்கான வருஷங்களாக நாம் சேர்த்துவைத்துக் கொண்டிருக்கும் சம்பிரதாயங்களையும் மூட நம்பிக்கைகளையும் தகர்த்தெறியும் போர், வீடு, நிலம், பணம், துக்கம், அழுகை, என்னுடையது, உன்னுடையது, காதல், காமம், வெறி, சமூகம், ஜாதி, கதை, கட்டுரை, நிஜம், பொய்... இவை ஒன்றும் இங்கு கிடையாது.'

'இங்கு என்ன இருக்கிறது? சொல்லுங்கள்.'

'அமைதி, சந்தோஷம், ஆண், பெண், விஞ்ஞானம், இளமை... மனத்தில், உடலில் இளமை.'

'இவற்றை ஏன் விட்டு வைத்திருக்கிறீர்கள்!'

'இவைதான் வாழ்க்கையின் ஆதாரமான விஷயங்கள். மனிதனின் ஆதாரத் தேவைகள் என்ன? உணவு, உடை, இடம். இங்கு உணவு எல்லாருக்கும் ஒன்றே. நான் தங்கும் இடமும் சுரங்கத்தின் கடை நிலைத் தொழிலாளி தங்கும் இடமும் ஒரே மாதிரி. நான் உடுத்துவது போலத்தான் எல்லோரும் உடுத்துகிறார்கள்...'
(அத்தியாயம் எட்டு)

இந்தச் சமுதாயத்தில் தப்பிப் பிறந்துவிட்ட ஒருவன் இதை எதிர்க்கிறான்.

'இங்கே மனிதர்கள் எப்படி மதிக்கப்படுகிறார்கள் தெரியுமா? ஒவ்வொரு நாளும் சுகாதாரப் பகுதியில் அவர்களுக்கு மருந்து தரப்படுகிறது. அவர்கள் தேக புஷ்டிக்கு என்று சொல்லப்படு கிறது. மருந்து அதற்கல்ல. அவர்களின் சன்னமான உணர்ச்சி களைக் கொல்வதற்கு. அவர்களிடம் பலாத்கார எண்ணங்களை எல்லாம் சாகடிப்பதற்கு. அவர்கள் உள்ளே ஊறும் செக்ஸ் உணர்ச்சிகளை மடிய வைப்பதற்கு. சிறு வயதிலிருந்து பன்னிப் பன்னி போதித்த பாடங்கள் அவர்களை அடிமைகள் ஆக்குகின்றன. அவர்களுக்குத் தாய் தந்தை கிடையாது. தீவின் ஏர்கண்டிஷன் சுகாதாரப் பகுதியில் பிறந்த முதல் மாதத்திலிருந்து அவர்களுக்கு போதனை ஆரம்பமாகிறது. ஹிப்னோபீடியா என்று கேள்விப் பட்டிருப்பீர்கள்.... (ஹக்ஸ்லி) 'நீ அடிமைப் பணி செய்யப் பிறந்தவன்' என்று அவர்கள் தூக்கத்திலும் விழிப்பிலும் விடாது ஆறு வருடங்கள் போதிக்கப்படுகிறார்கள். அவர்களுக்குச் சொல்லிக் கொடுக்கப்படும் தமிழில் ஆயிரம் வார்த்தைகளுக்கு மேல் கிடையாது. அவர்களுக்கு இருபதுக்குமேல் எண்ணத் தெரி யாது. அவர்களுக்கு அளிக்கப்பட்ட தொழில் திறனுக்குமேல் ஒரு

வரி அவர்களுக்குத் தெரியாது. 'சிரி' என்றால் சிரிப்பார்கள். 'தலைகீழாக நில்' என்றால் நிற்பார்கள். அவர்களுக்குப் பெயர் கிடையாது. எல்லாரும் எண்கள்... கம்ப்யூட்டரின் நினைவில் ஒரு கார்டு... புஷ்டியாக வளர்க்கப்பட்ட ஆடுகள். ஆடுகள்கூடப் பரவாயில்லை. இன்றைக்கு அந்தத் தழையைத் தின்னாமலிருக்க வேண்டும் என்று நினைத்தால் தின்னாமல் இருக்கலாம். ஆனால் அந்த மனிதர்கள் சொன்ன தழையைத் தின்னவேண்டும். ஏன் என்கிற வார்த்தையே அவர்கள் பாடத்தில் கிடையாது...' (அத்தியாயம் ஒன்பது)

இந்த இரண்டு முரண்பாடான பாத்திரங்களுக்கிடையில் ஒரு வெளி ஆசாமி அய்ங்கார்... மாட்டிக்கொண்டு... படியுங்கள்.

சுஜாதா

புதிய பதிப்புக்கு முன்னுரை

ஏறத்தாழ இருபத்தியேழு வருஷங்களுக்கு முன் எழுதப்பட்ட 'சொர்க்கத் தீவு' இன்னும் நினைக்கப்படுவது என் பாக்கியம். இந்த நாவல் மலையாளம், கன்னடம், தெலுங்கு மொழிகளிலும் மொழிபெயர்க்கப்பட்டு வெளிவந்தது. புதிய பதிப்புக்காக கம்ப்யூட்டர் பற்றிய சில விஷயங்களில் லேசான திருத்தம் செய்திருக்கிறேன். இந்த நாவலை எம்.ஃபில் போன்ற ஆராய்ச்சிக்கு சில பல்கலைக்கழகங்கள் எடுத்துக்கொண்டன. இதன் ஆதாரக் கருத்து அப்போதைவிட இப்போது நிஜத்தின் அருகில் உள்ளதை வாசகர்கள் உணரலாம்.

சென்னை - 18   சுஜாதா
புத்தாண்டு 2001

சொர்க்கத் தீவு

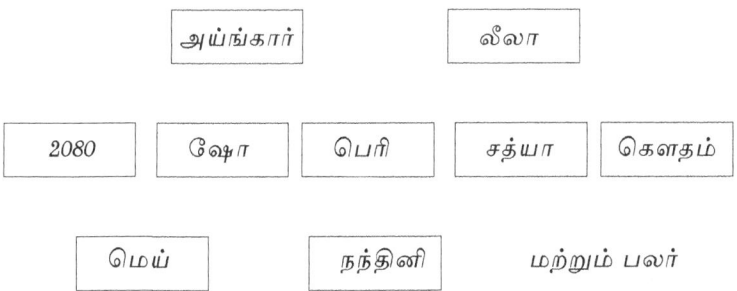

	அய்ங்கார்		லீலா	
2080	ஷோ	பெரி	சத்யா	கௌதம்
மெய்		நந்தினி		மற்றும் பலர்

It must always be kept in mind that although the computer may well take over the world at some future time, one does not yet have to worry about one's daughter ever marrying one.

Quoted from a letter in TIME.

அல்லும்பகலும் என்றன் அறிவை அறிவால் அறிந்து
சொல்லும் உரை மறந்து தூங்குவதும் எக்காலம்.

- பத்திரகிரியார் மெய்ஞ்ஞானப் புலம்பல்

ரகசியம்

சங்கேத எண்	:	3-58/73
திட்டம்	:	கடற்புறா
முழுப் பெயர்	:	திருக்கடம்பூர் சுந்தரவரதன் சீனிவாச அய்ங்கார்.
தினசரிப் பெயர்	:	அய்ங்கார் (மறுபடி) அய்ங்கார்.
வயது	:	28
திருமணம்	:	ஆகவில்லை.
உயரம்	:	168 சென்டி மீட்டர்.
எடை	:	59 கிலோ
தொழில்	:	கம்ப்யூட்டர் இன்ஜினியர்.
மாதச் சம்பளம்	:	ரூ. 2400 ஒவ்வொரு நான்காவது வாரமும்.
குடும்பம்	:	ஒரு தங்கை, ஒரு அம்மா, தங்கையின் திருமணத்துக்கு முயற்சிகள் நடந்து கொண்டு இருக்கின்றன.
அனுப்பப்பட வேண்டியவர்கள்	:	லீலா, ஷோ (180651, 281731)
இடம் மற்ற விவரங்கள்	:	இணைப்பில்.
தேதி	:	23-3-71
கடத்தவேண்டிய வழி	:	விமானம் மூலம்.
கடத்தவேண்டிய முறை	:	தங்கை திருமணத்துக்குப் பையனைச் சந்திக்க லீலா, அய்ங்காரை அழைத்துச் செல்ல வேண்டும். ஒரு ஹோட்டல் அறைக்கு அல்லது விமானத்துக்கே நேராக அழைத்துச் செல்லலாம். கைதி முரட்டுத்தனம் செய்தால் பெண்டதால் கொடுக்கலாம். 24-3-71-ல் அவன் சொர்க்கத்தீவில் இருக்க வேண்டும்.

-முடிந்தது-

சொர்க்கத் தீவு

திருக்கடாம்பி சுந்தரவரதன் சீனிவாச அய்யங்கார் என்பது என் முழுப்பெயர். திருக்கடாம்பி (எங்கே இருக்கிறது?) என் பூர்வீகம். சுந்தரவரதன் என்பது என் தகப்பனார் (அவர் ஆத்மா சாந்தி அடைவதாக). சீனிவாச அய்யங்கார் என்பது என் பெயர். அதைப் பென்சில் சீவுகிறாற்போல் சீவி, அய்ங்கார் என்று இந்த யுகத்துக்கு ஏற்பச் சுருக்கிக்கொண்டு விட்டேன். சீனிவாசன் என்று வைத்துக்கொள்ள வில்லை. டைரக்டரியைப் பாருங்கள். எத்தனை சீனிவாசன்கள்? Srinivasan, Sreenivasan, Sirinivasan, Shrinivasan, Srinivas, Shrinivas என்று அந்த ஆயிரம் சீனிவாசன்களில் ஒருவனாக இருக்க எனக்கு விருப்பமில்லை. எனவே அய்ங்கார்.

அய்ங்கார் என்றால் உடனே பன்னிரண்டு திருமண், பச்சையாக மண்டையில் ஷவரம், பின்குடுமி, திவ்யப்பிரபந்தம் என்று நீங்கள் நினைத்துக் கொண்டால் தப்பு. நான் அப்படி இல்லை. அப்படி இருக்க முடியாது. எனக்கு வயது இருபத்து எட்டு. ஒரு ப்ரைவேட் கம்பெனியில் தனியார் நிறுவனத் தில் கம்ப்யூட்டர் இன்ஜினியராக இருக்கிறேன். குடுமி கிடையாது. அதற்கு பதிலாக அடர்த்தியாக

ஆறு மாதத்துக்கு ஒரு முறை கொஞ்சம் சிஸர் போடும் தலைமயிர். நல்ல அடர்த்தி. நெற்றியில் நாமம் இல்லை. முகத்தில் மீசை. கழுத்தில் செயின். காட்டன் டெரிலின் பேண்ட். வாங்கும் சம்பளம் ரூ. 2400. என் தொழில் பெரும்பாலான சமயங்களில் சும்மா உட்கார்ந்திருப்பது. அதற்கா ரூ. 2400 என்று வினவலாம். 2400 ரூபாய் என் திறமைக்குக் குறைவு. பிற்பாடு சொல்கிறேன். எனக்குத் தற்பெருமை கிடையாது. தன்னம்பிக்கை உண்டு.

என் வேலை என் கம்பெனிக்குச் சொந்தமான ஒரு கம்ப்யூட்டரைப் பராமரிப்பது. அது சமர்த்தான கம்ப்யூட்டர். அதன் ராட்சசத் திறமை மற்ற கம்பெனிகளுக்கு டைம் ஷேரிங் என்கிற முறையில் வாடகைக்கு விடப்பட்டு, மணிக்கு ரூ. 500 சம்பாதிக்கிறது. ஒரு நாளைக்கு இருபத்து நான்கு மணி நேரம். பெருக்கிப் பாருங்கள். அதைப் பராமரிக்கும் எனக்கு மாதம்.... ஆம், மாதம் ரூ. 2400 ஏன் கொடுக்கிறார்கள் என்பது புரியும். என் கம்பெனி டைரக்டர் சரியான பனியா. நேராகப் பேசும்போதும் வார்த்தைகளில் சர்க்கரை, தேன், சாக்லெட் எல்லாம் கலந்திருக்கும். என்னை விட்டால் அவருக்கு வேறு கதி இல்லை. அந்த கம்ப்யூட்டரைக் கடைசிவரை தெரிந்தவன் நான் ஒருத்தன் தான். நான் சம்பள உயர்வு கேட்டால் உடனே தருவான். நான் கேட்பதில்லை. எனக்கு இந்தச் சம்பளமே அதிகம். எவ்வளவு தான் ரம்மி ஆடினாலும் எனக்கு அதை முழுவதும் செலவழிக்க முடிவதில்லை. எனக்கு ஆசைகள் கிடையாது.

இந்த கம்ப்யூட்டரை முதல் முதலாக நிறுவ வந்த அமெரிக்கன் (ஜான் கான்வே. நீலக்கண்கள். என்னைவிட இரண்டு வயது பெரியவன்), அவனை நான் கேட்ட கேள்விகளைப் பார்த்து சற்று அசந்துபோய் கம்பெனி டைரக்டரிடம். 'மிஸ்டர் ஜெயின்! இந்த அய்ங்கார் ஒருவன் போதும்! நீர் இனி கம்ப்யூட்டரைப் பற்றிக் கவலைப்படவேண்டாம்' என்றான். ஜெயின் அட்டகாசமாகச் சிரித்து, 'இவன் ஒரு மதறாஸ் பிராமின், இவன் சாப்பிடும் சாம்பார் ரசத்தில் இருக்கிறது சூட்சுமம்' என்றான். கான்வே எங்கள் வீட்டுக்குச் சாப்பிட வந்திருந்தான். காரம் குறைவாகத்தான் பண்ணி இருந்தாள் அம்மா. 'வெரி நைஸ் வெரி நைஸ்' என்று ரசித்தான். அவன் கண்களில் கண்ணீர் (வருத்தத்தினால் அல்ல) ரசத்தை (சாத்துமுதை) நேராக டம்ளரில் குடித்ததால். கான்வே என் தங்கையைப் பார்த்தும், 'வெரி நைஸ் வெரி நைஸ்' என்றான். அவளை அமெரிக்காவுக்குக் கூப்பிட்டான்.

என் தங்கை என்னைவிட மூன்று வயது சின்னவள். அவளுக்கு என்னைவிட மூளை அதிகம். யூனிவர்சிட்டியில் முதலாக வந்து ஏகப்பட்ட தங்க மெடலாகவே சேர்த்துக்கொண்டிருக்கிறாள். அவளை மேலே படிக்கவைக்க நான் பிடிவாதம். அவளுக்குக் கல்யாணம் செய்ய அம்மா பிடிவாதம். எதிர்த்துப் பேசினால் அழ ஆரம்பித்து விடுவாள் அம்மா. எனவே என் தங்கைக்குத் திருமணம் செய்ய இந்த வருஷம் தீவிரமாக உத்தேசித்திருக் கிறோம். கௌசிக கோத்திரமாக இல்லாமல், சிகரெட் குடிக்காத பையனாகப் பார்த்துக்கொண்டிருக்கிறோம்.

மறுபடி என் அன்னதாதாவான கம்ப்யூட்டரைப் பற்றி. சென்னை நகரத்தின் சற்று அமைதியான பகுதியில் ஏர்கண்டிஷன் அறைக்குள் நிறுவப்பட்ட சாதனம். பல கம்பெனிகளுக்குப் பலவிதத்தில் பயன்படுகிறது. ஒரு பெரிய டெக்ஸ்டைல் மில்லுக்கு உற்பத்தி பற்றி உபதேசம் செய்கிறது. மற்றொரு நிறுவனத்தில் எண்ணாயிரம் தொழிலாளிகளுக்கு மாதா மாதச் சம்பளக் கணக்கு போட்டுத் தருகிறது. பிறிதொரு கம்பெனிக்கு இன்வெண்டரி கண்ட்ரோல் உதவி செய்கிறது. இவர்கள் எல்லாம் அதற்குக் கொடுக்கும் வாடகையில் எங்கள் கம்பெனி கொழிக்கிறது. இந்த இயந்திரத்தை ஆரோக்கியமாக வைத்துக் கொள்வது என் பொறுப்பு. மிகவும் ஆணித்தரமான டிசைன். மாதக் கணக்கில் தன்பாட்டுக்குச் சென்றுகொண்டிருக்கும். தினமும், காலை பிரிவெண்டிவ் மெயிண்டனென்ஸ் என்று ஒரு அரை மணிநேரம் அதனுடன் செலவழித்தால் போதும். அப்படி அது பழுதானாலும் சுமார் ஒரு மணி நேரத்துக்குள் நிச்சயம் அதைச் சரி பண்ணி விடுவேன். அவ்வளவுக்கு அத்துப்படி எனக்கு இந்த மெஷின் மட்டும். அதற்கு நான் 'டயானா' என்று பெயர் வைத்திருக்கிறேன். நான் டயானாவுடன் சில சமயங்களில் பேசுவேன்.

எனக்குக் கெட்ட பழக்கங்கள் அதிகம் கிடையாது. வாரம் இரண்டு நாள் ரம்மி ஆடுவேன். இரண்டு ஜோக்கர் ஒரு சீக்வென்ஸ் இல்லாமல் கோதாவில் இறங்க மாட்டேன். என் நண்பர்களில் பலர் 'பாட்' புகைக்கிறார்கள். எனக்கு அதில் இஷ்டமில்லை. பலர் குடிக்கிறார்கள். எனக்கு சாராயத்தை நாக்கில் வைக்க வழங்கவில்லை. பெண்களை நான் நிமிர்ந்து பார்த்துப் பேசமாட்டேன். என் ஆபீசில் ஒருத்தி ரொம்ப முயன்று பார்த்தாள். இப்போது விட்டுவிட்டாள். கெட்ட காரியங்களில் என் மனம் செல்லவில்லை. நிறையப் புத்தகங்கள் படிப்பேன்.

சொர்க்கத் தீவு / 17

ஒரு சில சினிமா பார்ப்பேன். கர்நாடக சங்கீதத்தில் நிறைய ஈடுபாடு உண்டு. எனக்குப் பிடித்தவர்கள் பாலமுரளி, எம்.எஸ். கோபாலகிருஷ்ணன், நேதநூரி, சிட்டிபாபு, எம்.டி. ராமநாதன்... மன்னிக்கவும், என்னைப் பற்றி நிறையவே சொல்லிவிட்டேன். இனி சில நிகழ்ச்சிகள்.

1

இருபத்து மூன்றாம் தேதியை நான் மறக்க மாட்டேன். ஒரு சாதாரண தினமாக ஆரம்பித்து, அசாதாரண நிகழ்ச்சிகள் அன்று நடந்தன. எப்போதும்போல டாக்சி பிடித்து என் அலுவலுக்குச் சென்றேன். அலுவலாம் அலுவல்! ஏர்கண்டிஷன் செய்யப்பட்ட என் அறையில் செய்தித் தாளைப் படிப்பது, அதன் குறுக்கெழுத்தை நிரப்புவது - இதுதான் அலுவல். வெளியே ஹாலில் டயானா ஆரோக்கியமாக பைனரி இசை பாடிக் கொண்டிருந்தது. ராமசுவாமி, சக்திவேல், கிருஷ்ண மூர்த்தி, கேசவமேனன் என்று பெயர்களை எல்லாம் வரிசைப்படுத்தி அவர்கள் அடிப்படைச் சம்பளம், பற்றாக்குறை அலவன்ஸ், பிடிக்கவேண்டிய கடன், இ.எஸ்.ஐ. எல்லாம் கணக்கு பார்த்து கடைசியில் கைக்கு வரவேண்டிய காசைச் சத்தமாக அடித்துக் கொண்டிருந்தது.

ரிசப்ஷனிலிருந்து, ஒரு மிஸ் லீலா என்னைப் பார்க்க வந்திருப்பதாகச் செய்தி வந்தது. 'எனக்கு ஒரு லீலாவையும் தெரியாது. மிஸ்ஸா? எங்கே பார்க்க லாம்! நான் அவளுடன் பேசுகிறேன்' என்றேன் டெலிபோனில்.

'குட் மார்னிங்' என்ற மிஸ் லீலாவின் குரலுக்கு வயது அதிக மில்லை என்று தோன்றியது. 'என்னை உங்களுக்குத் தெரியாது. உங்களிடம் சொந்த விஷயமாக பேசவேண்டும். நான் வரலாமா?'

'யார் சொந்த விஷயம்?'

'கல்யாணம் பற்றி... உங்கள் தங்கை கல்யாணம் பற்றி.'

'நீங்கள் யார்?'

'நேரில் விவரமாகச் சொல்லுகிறேனே.'

'சரி வாருங்கள்.'

நான் டிராயரிலிருந்து சீப்பை எடுத்துத் தலை வாரிக்கொண்டேன். சடையில் மேல் பட்டனைப் போட்டுக்கொண்டேன். சேவகன் கொண்டுவந்து விட்ட மிஸ் லீலா 'குட் மார்னிங்' என்று சிரித்தாள். சிரித்த பற்கள் ஒழுங்காக இருந்தன. சிரிப்புக்கு ஒரு இஞ்ச் மேலே மூக்கு சின்னதாக இருந்தது. நெற்றிப் புருவங்கள் ஒழுங்காக இருந்தன. அதன் நிழலில் கண்கள் பிரகாசமாக இருந் தன. அவள் தலைமயிர் சிக்கனமாக வெட்டப்பட்டு, சின்னப் பையன் தலைமயிர்போல இருந்தது. அவள் ஷர்ட்தான் அணிந் திருந்தாள். அந்த ஷர்ட்டின் மார்பு பாகத்தில் ஒரு பூவும் இரண்டு இலைகளும் ஒரு வட்டத்துக்குள் எம்ப்ராய்டர் செய்யப்பட்டு, அந்தப் பூ அவள் மார்பின் மென்மையான பரிமாணத்துக்கு ஏற்ப மடங்கி இருந்தது. அவள் சட்டை மெல்லிய நீலத்திலும், அவள் பேண்ட் கருநீலத்திலும் இருந்தது.

உடலில் புஷ்டியும் இளமையும் நல்ல ஊட்டம் என்று சொல்லும் படியாக இருந்தது.

'நான் உட்காரலாமா?' என்றாள்.

'ஸாரி' என்று சொல்லிவிட்டு எதிர் நாற்காலியில் குவிந்திருந்த எலெக்ட்ரானிக்ஸ் புத்தகங்களை விலக்கினேன். அவள் உட்கார்ந்து என்னை நேராகப் பார்த்தாள்.

'ராமசுவாமி என்பவர் உங்கள் தங்கையின் ஜாதகத்தை என் அப்பாவிடம் கொடுத்தார். என் அண்ணனுக்காக.'

'ராமசுவாமி?'

'ஆம்'

'ராமசுவாமி என்று எனக்குத் தெரிந்த ஒருவரும் இல்லை. என் அம்மா யாரிடமாவது கொடுத்திருக்கலாம்.'

'ஜாதகம் பொருந்தி இருந்தது. என் அண்ணா உங்கள் தங்கையைப் பார்க்க விரும்புகிறான்.'

'அப்படியா! சந்தோஷம், உங்கள் அண்ணா...'

'என் அண்ணா இன்றைக்கு ஜாம்ஷெட்பூரிலிருந்து வருகிறான்.'

'நீங்கள் ஐயங்கார்தானே?' என்றேன் அவள் சட்டையைப் பார்த்து.

'ஆம் ஏன்? ஓ இந்த ட்ரெஸ்! இந்த மாதிரி இப்போது எல்லாரும் போட்டுக்கொள்கிறார்களே! உங்கள் தங்கை ஷர்ட் அணிவதில்லையா? உங்களுக்கு இதில் அப்ஜெக்‌ஷன் உண்டா?'

அணிந்திருக்கிறாள். 'இல்லை' என்றேன். 'உங்கள் அண்ணா என்ன உத்தியோகத்தில் இருக்கிறார்?'

'அவன் ஒரு விமானி. ஒரு பைலட். பிரைவேட் விமானி. டாட்டா கம்பெனியின் சொந்த விமானத்தை ஓட்டுகிறான். பைலட்டாக இருப்பதால் பல பேர் பெண் கொடுக்கத் தயங்குகிறார்கள். உங்களுக்கு அவ்வாறு...'

'அதை என் தங்கையைக் கேட்கவேண்டும். என் அம்மா தயங்குவாள்!'

'உங்கள் குடும்பத்தைப் பற்றி ராமசுவாமி புகழ்ச்சியாகச் சொன்னார்!'

யார் இந்த ராமசுவாமி?

'உங்கள் அண்ணா இன்று வருவதாகச் சொன்னீர்களே!'

'ஆம். விமானத்தில் வருகிறான். அவனே செலுத்திக்கொண்டு... அவனை நீங்கள் முதலில் சந்தித்துப் பேசுங்கள். உங்களுக்கும் அவனைப் பார்த்ததுபோல் இருக்கும்... அப்புறம் உங்களுக்குச் சம்மதம் இருந்தால் அவன் மாலை வந்து பெண்ணைப் பார்க்க லாம்... குடிக்கத் தண்ணீர் கிடைக்குமா?'

'ஓ எஸ்' என்று பஸ்ஸரை அழுத்தினேன்.

'என் அண்ணா இன்று ஒரு நாள்தான் சென்னையில் இருப்பான். நாளை கொச்சின் சென்றுவிடுவான். உங்கள் தங்கையை நான் ஒரு நாள் காலேஜ் நாடக விழாவில் பார்த்திருக்கிறேன். அவள் அழகானவள். எனக்கு இந்த சம்பந்தத்தில் ஆர்வம் அதிகம்!'

'பார்க்கலாம். முடிவு அவர்களுடையது. (ஒரு கோல்ட் ஸ்பாட் கொண்டு வாப்பா) நீங்கள்?'

'நான் ஒரு சாதாரண பி.ஏ. என் பெயர் லீலா. நானாகவே வைத்துக் கொண்ட பெயர். ஒரிஜினல் அலமேலு. லீலா என்பது சின்னதாக இருக்கிறது...'

'அலமேலு நல்ல பெயர்.'

'மறுபடி மாற்றிக்கொள்ளவா?' என்று சிரித்தாள் லீலா என்கிற அலமேலு. கோல்ட் ஸ்பாட்டை ஆர்வமாகக் குடித்தாள்.

நடுவில் ஸ்ட்ராவிலிருந்து உதட்டை எடுத்து என்னைப் பார்த்து ஒரு தடவை சிரித்தாள். என்னமாக இருக்கிறாள்! என்னமாகச் சிரிக்கிறாள்! என் உள்ளத்தில் சற்றுப் பதற்றம் ஏற்பட்டது. சற்று சூடு ஏற்பட்டது.

'உங்கள் அண்ணன் எப்போது வருகிறார்?'

'இன்னும் அரை மணியில் என்று விமான நிலையத்தில் சொன் னார்கள். உங்களுக்கு அவகாசம் இருந்தால் இருவரும் விமான நிலையத்துக்குப் போய் அவனைச் சந்திக்கலாம். இல்லை என்றால் நான் விலாசம் தருகிறேன். அங்கே நீங்கள் வரலாம்.'

'இல்லை, இப்போதே நான் வருகிறேன். போய் இரண்டு மணி நேரத்துக்குள் திரும்பி வந்துவிடலாம் இல்லையா?'

'நிச்சயம்.'

டெலிபோன் ஆப்பரேட்டரிடம் இரண்டு மணி நேரம் வெளியே செல்வதாகச் சொல்லிவிட்டு நான் அவளுடன் கிளம்பினேன். திடீரென்று ஜெய்ன் பம்பாயிலிருந்து டெலிபோன் பண்ணும், 'ஸப் டீக் ஹை?' என்ற ஒரு கேள்விக்காக.

அவள் நடையில் இன்றைய பெண்ணின், ஏன் நாளைய பெண் ணின் தன்னம்பிக்கை இருந்தது. அதில் ஏதும் வேணுமென்றே

நிகழ்ந்ததாகத் தெரியவில்லை. லிஃப்ட்டில் நாங்கள் இரண்டு பேரும் எதிர் எதிராக நின்றபோது அதில் இருந்த மற்றவர்களால் எங்கள் இருவருக்குமான இடைவெளி ஒரு இஞ்ச்தான் இருந்தது. நாசமாய்ப் போகிற லிஃப்ட், அதிர்ச்சி இல்லாமல் இறங்கியது. பஸ்ஸாக இருந்தால்!

ஆபீஸ் வாசலில் என்னை நிறுத்திவைத்துவிட்டு அவள் கார் பார்க்கிங் சென்று ஒரு கப்பல் காரை அநாயாசமாக ஓட்டி வந்தாள். அந்த காரின் நம்பர் பிளேட்டில் சிறிய வட்டத்துக்குள் எழுதியிருந்த T என்ற எழுத்து என்னுள் வினாவை எழுப்பியது. உள்ளே உட்கார்ந்ததும், 'டூரிஸ்ட் கார் என்று பார்த்தீர்கள் இல்லையா? என் அப்பா ஐ.டி.டி.சி.யில் இருக்கிறார்' என்றாள்.

காரின் உள்ளிருந்த ஏர் கண்டிஷனர் 'விஸ்' என்று சப்தமிட ஆரம்பித்தது. ஜெயராஜின் பெண்கள்போல் 'ஸ்லிக்'காக இருந்தது கார். கண்ணதாசன் கவிதை போலச் சென்றது. அவள் விரல்கள் சுத்தமாக இருந்தன. அனாவசிய அகலம்.

மவுண்ட் ரோடின் போக்குவரத்தில் அவள் சில இடங்களில் தப்பு செய்தாள். வேன்களின் குறுக்கே சென்றாள். மிக வேகமாகச் சென்றாள்.

'என் அண்ணா வருவதற்குள் நாம் சென்றுவிடவேண்டும்' என்றாள். 'நீங்கள் ஒரு இன்ஜினியர் இல்லை?'

'ஆம் - கம்ப்யூட்டர்.'

'கம்ப்யூட்டரைப் பற்றி நீங்கள் எனக்கு ஒரு நாள் சொல்ல வேண்டும்'

'தாராளமாக' என்றேன்.

ஒரு தனியான இடத்தில் எதிர் எதிரே உட்கார்ந்துகொண்டு 'டிஜிட்டல் கம்ப்யூட்டர் என்பது...' என்கிறேன்.

'இப்படித் தொடுவதுதான் டிஜிட்டல் கம்ப்யூட்டரா?' என் கிறாள்.

நான் பெண்களைப் பற்றி இந்த ரீதியில் இப்படி நினைத்ததே இல்லை. காரின் ஹாரனை ஒரு தடவை அமுக்கினாள். அது 'அலமேலு' என்றது.

மீனம்பாக்கம் விமான நிலையத்தைப் புதிதாகக் கட்டிக் கொண்டிருந்தார்கள். திருப்பதியிலிருந்து நூறு மொட்டைகள் டூரிஸ்ட் பஸ்ஸில் போயிங் தரிசனத்துக்கு வந்து இறங்கி இருந்தார்கள். நாங்கள் டிக்கெட் வாங்கிக்கொண்டு உள்ளே நுழைந்தோம். அவள் ஆர்வத்துடன் நேராக டார்மாக்கின் பக்கம் நடந்தாள். 'கண்டிப்பாக இந்த எல்லைக்கு மேலே செல்லக் கூடாது' என்று எழுதியிருந்த இடத்தில் நாங்கள் நின்றோம்.

'இன்னும் வரவில்லை! மணி என்ன?' என்றாள்.

'10.35.'

வானத்தை நோக்கி அவள் காத்திருந்தாள். அவளை நோக்கி நான் காத்திருந்தேன். அவள் அண்ணனுக்கும் என் தங்கைக்கும் திருமணம் முடிந்தவுடன் அடுத்து யோசிக்கவேண்டியது என்ன? அய்ங்கார்! இதோ உன் மனைவி! சே, அவள் என்னைப் பற்றி என்ன நினைக்கிறாளோ? ஆனால் இரண்டாம் தடவை என்மேல் பட்டது நிச்சயம் வேண்டும் என்றேதான் செய்திருக்கிறாள்!

'அதோ!' என்றாள் ஆர்வத்துடன்.

அழகாக ஒரு விமானம் வந்து இறங்கியது. அவள் தன் கையை அதை நோக்கி ஆட்டினாள்! ஒரு எம்பு எம்பிக் குதித்தாள். 'என் அண்ணனைப் பார்க்க அத்தனை ஆர்வமாக இருக்கிறது!'

மாப்பிள்ளை பைலட் என்று தெரிந்ததும் அம்மா என்ன சொல்வாளோ என்று கவலைப்பட்டேன்.

அந்த விமானம் சின்ன சைஸில் இருந்தது. எட்டு ஒன்பது முட்டை வடிவ ஜன்னல்கள் தெரிந்தன.

எங்களை நோக்கி வந்தது அந்த விமானம். வீல் என்று அதன் ஜெட் ஒலிக்க, அதன் இன்ஜின்கள் பின்புறத்தில் பொருந்தியிருந்தன. ஒரு குட்டி காரவெல் மாதிரி இருந்தது. எங்களுக்கு எதிரே சற்றுத் தள்ளி நின்றது. பைலட்டின் இருப்பிடத்திலிருந்து ஒரு கை எங்களை நோக்கி அசைந்தது.

'வாருங்கள். நீங்கள் பிளேனுக்குள் பார்க்கலாம். சின்ன விமானமாக இருந்தாலும் உள்ளே எத்தனை சௌகரியம் இருக்கிறது பாருங்கள்.'

விமான நிலையத்தின் காக்கிச் சட்டை காவலர் எங்களை அனுமதிக்க மறுத்தார். லீலா என்னை ஏமாற்றத்துடன் பார்த்தாள். நான் காக்கியைத் தனியாகக் கூப்பிட்டு ரூபாயை அழுத்தினேன். அவர் சிரித்து சலாம் போட்டு, 'போங்க சார்' என்றார். அங்கே யிருந்து ஒரு போலீஸ்காரர் எங்களை நோக்கி வருவதற்குள் நாங்கள் இரண்டு பேரும் தடுப்பை மீறி அந்த விமானத்தை நோக்கிச் சென்றோம். விமானத்தின் ஒரு பக்கத்து இன்ஜின் நின்றுவிட்டது. பின்புறக் கதவைத் திறந்து மூன்று படிகள் அமைக்கப்பட்டன.

லீலா என் கையைப் பிடித்துக்கொண்டு உள்ளே ஏறினாள். நான் அவளைத் தொடர்ந்து உள்ளே சென்றேன்.

'வாருங்கள்' என்று குரல் கேட்டது.

அதே சமயம் விமானத்தின் படிகள் உள்ளுக்குள் இழுக்கப்பட்டு அதன் கதவு உள்பக்கம் தாளிடப்பட்டது.

நின்றிருந்த அதன் இன்ஜின்கள் மறுபடி உயிர் பெறும் சப்தம் கேட்டது.

2

விமானத்தில் கதவு மூடினபின்தான் அந்த ஆரோக்கியமான இருவரையும் கவனித்தேன். வெளிர் நீலத்தில், ஓவர் ஆல் போல் அணிந்து கொண்டு என் எதிரே அந்தத் தடியர்கள் அந்தச் சிறிய விமானத்தினுள் விசுவரூபம்போல் நின்றுகொண்டு இருந்தார்கள். இந்திய சராசரிக்கும் அதிகப்படியான உயரம், திடம். என்னை இருவரும் அணைத்து ஒரு சீட்டின்மேல் உட்காரவைத்தார்கள். உட்கார 'வைத்தார்'கள் என்று சொன்னதைவிட உட்கார 'அழுத்தினார்'கள் என்று சொல்லவேண்டும். நோ நான்ஸென்ஸ் ரகத்தில் ஒரு அழுத்தல் அழுத்தி, விமான சீட்டின் பெல்ட்டை, என் மடிமேல் கைகளை அமைத்துச் சேர்த்துக் 'கட்டக்' என்று பூட்டினார்கள். நான் லீலாவைப் பார்த்தேன். அவள்மேல் பிரியமாக இதுவரை சொன்னதை எல்லாம் அடித்துவிடுங்கள். விமானம் நகருவதை நான் உயர்ந்தேன். இந்தப் பாரா முழுவதும் விமானம் நகர்ந்துகொண்டுதான் இருந்தது.

'லீலா என்ன இதெல்லாம்?' என்றேன்.

லீலா என்னருகில் வந்து, 'இவர்கள் நல்லவர்கள் இல்லை... வி...வி... விஷமம் செய்தால்

அடிப்பார்கள். நேராக உட்கார்ந்து கொள்ளுங்கள். விமானம் கிளம்பப்போகிறது.' எனக்குக் கதை வசனம் சற்றுகூடப் புரியவில்லை. 'கிளம்பப்போகிறதா? எங்கே!'

'சொர்க்கத் தீவுக்கு!'

'சொர்க்கத் தீவா? அது என்ன இடம்?'

அவள் எனக்குச் சொன்ன பதிலை விமானத்தின் ஜெட் அலறல் மூழ்கடித்தது. அவர்கள் மூவரும் சட்டென்று உட்கார்ந்து கொண்டார்கள். எதிரே ஒரு ஆரஞ்ச் விளக்கு அணைந்து அணைந்து எரிந்தது. முட்டை வடிவக் கண்ணாடிக்கு வெளியே ரன்வே விரைந்தது. என் வயிற்றில் 'ஹப்' என்று பந்து சுருண்டு கொண்டது. விமானம் உயர்ந்தது! சென்னை நகரம் பொம்மை நகரமாகியது. கிண்டியின் ஓவல் வடிவ ரேஸ் கோர்ஸ். ஐ.ஐ.டி. யின் சோலைக் கட்டடங்கள். சமுத்திரக் கரை. சமுத்திரம். நுரை ஜரிகையிட்ட பச்சை வெல்வெட் புடைவைபோல. இன்னும் இன்னும் உயர்ந்துகொண்டே சென்றது. அம்மா!

'லீலா!' என்றேன். அவள் எழுந்து வந்தாள்.

'நன்றாக உட்கார்ந்துகொள்ளுங்கள். ஏதாவது சாப்பிட வேண்டுமா? ஏதாவது குளிர்ந்த பானம் வேண்டுமா?'

'என் கேள்விக்குப் பதில் வேண்டும்' என்றேன்.

'நான் உங்கள் பணிப்பெண் போல. என்ன வேண்டும்?'

'என் கேள்விக்குப் பதில். என்னை எதற்காக, எங்கு, கொண்டு செல்கிறீர்கள்? யார் நீங்கள் எல்லாம்?'

'சொர்க்கத் தீவுக்குப் போகிறோம்.'

'தீவா?'

'ஆம்.'

'சமுத்திரத்தின் நடுவில்?'

'ஆம்.'

'வேறு தேசமா?'

'ஆம்.'

'எதற்கு?'

'அங்கே போனதும் தெரியும்.'

'எத்தனை மைல் தூரம்?'

'எனக்கு உடனே சொல்லத் தெரியாது. பைலட் வருவார். அவர் சொல்லுவார்.'

'கூப்பிடு அவனை!'

'கூப்பிடுகிறேன். சற்று நேரத்தில்..'

அந்த விமானத்தில் ஒன்பது சீட்கள் இருந்தன. தாராளமான, சுகமான சீட்டுகள். உட்புறம் துல்லியமாக வெளிர் நீல நிறத்தில் அமைக்கப்பட்டு, வெளிச்சம் கண்ணைக் குத்தாமல்... இரவு தூங்குவதற்குத் தலையணைகள், கம்பளிகள் எல்லாம் மேலே ஷெல்ஃப்போல் அமைந்த இடத்தில் இருப்பதை உணர்ந்தேன். என்னை எழுந்திருக்க முடியாமல் கட்டி இருப்பதையும் உணர்ந்தேன். சொர்க்கத் தீவா! இது என்ன அக்கிரமமாக இருக்கிறது? இஷ்டத்துக்கு ஒரு பெண் என்னிடம் வருகிறாள். பொய் சொல்கிறாள். எலி பிடிப்பதுபோல் என்னைப் பிடித்துக் கொண்டு... அய்யோ, அம்மா கவலைப்படுவாளே? என் தங்கை கவலைப்படுவாளே! கீழே நிறைய சமுத்திரம்தான் தெரிந்தது. கந்தலாகச் சில மேகங்கள் தெரிந்தன.

'அநியாயம்! பாவிகளா!' என்றேன். அவர்கள் திரும்பிப் பார்த்தார்கள். 'என்னை விடுவியுங்கள். ஐ வாண்ட் அன் எக்ஸ்பிளனேஷன்' என்றேன். அவர்கள் ஒருவரை ஒருவர் பார்த்துக்கொண்டார்கள். அவர்கள் சிரிக்கிற ஜாதியாகத் தோன்றவில்லை.

'என்னை விடு. நான் உங்கள் பைலட்டுடன் பேசவேண்டும்.'

லீலா 'மாட்டேன்' என்று தலை அசைத்தாள். நான் என் கையை மடக்கிக்கொண்டு இறுக்க அந்தப் பெல்ட்டை விடுவிக்க முற்பட்டேன். முரட்டுத்தனமாக எழுந்திருக்கப் பார்த்தேன். நான் முயற்சி செய்யச் செய்ய அது இன்னும் இறுகியது.

'முட்டாள்களே! அநியாயம், அநியாயம்!' என்று கத்தினேன். 'ஏ பைலட்!' என்றேன்.

அவர்கள் இருவரும் எழுந்தார்கள். ஏதோ நடக்கப்போகிறது என்று எதிர்பார்த்தேன். அவர்கள் விமானத்தின் பின் பகுதிக்குச் சென்றார் கள். ஒருவருடன் ஒருவர் பேசிக்கொண்டே சென்றார்கள்.

சற்று நேரத்தில் அவர்கள் இருவரும் என் அருகில் வந்தார்கள். அவர்களில் ஒருவன் கையில் ஒரு இன்ஜெக்ஷன் ஊசி இருந்தது. ஸ்பிரிட் வாசனை அடித்தது.

லீலா என் சட்டை பட்டனை அவிழ்க்க முற்பட்டாள். நான் திமிறினேன். அவர்களில் ஊசி இல்லாதவன் வந்து என்னை அழுத்திப் பிடித்துக்கொள்ள, லீலா என் சட்டையை விடுவித்து புஜபாகத்தைத் தேர்ந்தெடுத்தாள்.

சிறிய ஊசி அது. நிறமில்லாத திரவம். சில ஸிஸி அதனுள் இருந்தது.

'இதைக் குத்திக்கொண்டால் நன்றாக இருக்கும். நன்றாகத் தூக்கம் வரும். கேள்வி கேட்க மாட்டீர்கள்! வலிக்காது...'

'நான் உரக்கக் கத்தினேன். 'வேண்டாம், வேண்டாம். எனக்கு ஊசி வேண்டாம். நான் கேள்வி கேட்கவில்லை. நான் திமிற வில்லை. எனக்கு ஊசி வேண்டாம்!'

'கொஞ்சம் கூட வலிக்காது. இன்பமாக இருக்கும்.'

'ஐயோ, என்னை விட்டுவிடுங்கள். என்னை விடுங்கள்!'

இருவரும் என்மேல் ஏறக்குறைய உட்கார்ந்துகொள்ள, லீலா ஊசியை என் அருகில் கொண்டுவந்தாள்.

'லீலா! லீலா! ப்ளீஸ்!'

'நிறுத்துங்கள்' என்று சப்தம் கேட்டது. விமான ஓட்டியின் பகுதிக் கதவு திறந்தது. அங்கே ஒருவன் நின்றுகொண்டிருந்தான்.

அவனைக் கண்டதும் இவர்கள் மூவரும் அணைந்து போய். ஒடுங்கிப் போய், விலகிப் போனார்கள். சே! என் கண்ணில் கண்ணீர்!

'முட்டாள்கள்! ஒரு விருந்தாளியை இப்படியா நடத்துவது! உங்களுக்கு அறிவு இல்லை? மூளை இல்லை? லீலா, என்ன இது?'

அவன் என் அருகில் வந்து, ‘சே சே சே! ஸாரி! வெரி ஸாரி! நான் இந்த விமானத்தின் பைலட். பயப்படாதீர்கள். உள்ளே மற்றொருவன் இருக்கிறான். நான் விமானப் பயணத்தை ஒழுங்கு படுத்தி விட்டு உங்களை வந்து சந்திக்கலாம் என்றிருந்தேன். அதற்குள் இந்த ரகளை! மிக மிக மன்னிக்கவும்!’

அவனுக்கும் மற்ற இருவருக்கும் உடல் உயரத்தில் திடத்தில் ஏதும் வித்தியாசம் இருப்பதாகத் தெரியவில்லை. அவன் கருணை, செயற்கைக் கருணை போல் இருந்தது. ஆனால் அவன் என் பெல்ட்டை அவிழ்த்துவிட்டான். என் கையில் வலி கொஞ்சம் தளர்ந்தது. என் அருகில் உட்கார்ந்தான். ‘ஏதாவது சாப்பிடுகிறீர்களா? நீங்கள் ஆல்கஹால் உட்கொள்வீர்களா?’

‘இல்லை!’

‘லெமனேட்? பைன் ஆப்பிள் ரசம்?’

‘எனக்கு ஜூஸ் வேண்டாம். என்னை ஏமாற்றி, பொய் சொல்லி விமானத்தில் அடைத்துக்கொண்டு செல்கிறீர்கள். டோண்ட் யூ திங்க் யூ ஓ மீ அன் எக்ஸ்பிளனேஷன்? எதற்கு என்று எனக்குத் தெரியவேண்டாம்?’

‘நிச்சயம், நிச்சயம், மிஸ்டர் அய்ங்கார்!’

‘சொல்லுங்கள்!’

‘என்ன சொல்லவேண்டும்?’

‘நீங்கள் எல்லாம் யார்?’

‘சொர்க்கத் தீவின் பிரஜைகள்.’

‘தமிழ் பேசுகிறீர்களே!’

‘தமிழ்தான் பேசுவோம்!’

‘என்னை ஏன் கடத்திக்கொண்டு செல்கிறீர்கள்?’

‘கடத்திக்கொண்டு என்றால்?’

‘இந்த மாதிரி எனக்கு இஷ்டமில்லாமல், சம்மதமில்லாமல்...’

‘இல்லை, இல்லை. உங்களை விருந்தாளியாக அழைத்துச் செல்கிறோம்!’

'இப்படியா? எதற்கு?'

'அதை நான் சொல்ல முடியாது!'

'நீ சொன்னது எல்லாம் லீலா சொன்னதே!'

அவன் தன் பையிலிருந்து ஒரு கடிதத்தைப் பிரித்துப் படித்தான்.

'திரு. அய்ங்கார்! உங்கள் உயிருக்கோ, உங்கள் வேலைக்கோ, உங்கள் குடும்பத்துக்கோ ஒருவித ஆபத்தும் இல்லை! உங்கள் தாயும் தங்கையும் உங்களைப் பற்றிக் கவலைப்பட மாட்டார்கள். அவர்களுக்கு நம்பகமான தகவல் கொடுத்திருக்கிறோம். நீங்கள் பம்பாய்க்குத் தொழில் நிமித்தமாகக் காலை பிளேனில் அவசர மாகப் புறப்பட்டுச் செல்லும்படி உத்தரவு வந்திருப்பதாகத் தகவல் சொல்லியிருக்கிறோம். உங்கள் அலுவலகத்துக்கு நீங்கள் சொந்த விஷயமாகச் சில தினங்கள் விடுமுறையில் செல்லப் போவதாகச் சொல்லியாகிவிட்டது. நீங்கள் கவலையே இல்லா மல் இருக்கலாம். நான் பேசியதில் தப்பிருந்தால் மன்னிக்கவும்.'

'எத்தனை நாட்கள்?'

'அதை என்னால் சொல்ல முடியாது.'

'உன் பெயர் என்ன?'

'ஷோ.'

'ஷோவா?'

'ஆம்.'

'அது என்ன பெயர்?'

'அது என் பெயர்.'

'ஏய் ஷோ! எனக்குத் தலைகால் புரியவில்லை!'

'இறங்கியதும் புரியும். நாம் 35,000 அடியில் பறந்துகொண்டு இருக்கிறோம். விமானத்துக்கு வெளியே மைனஸ் இருபது டிகிரி. அதனால் நீங்கள் தப்பித்துக்கொண்டு போக முயற்சி செய்யமாட்டீர்கள் என்று நினைக்கிறேன். நீங்கள் ஒரு இன்ஜினியர், நீங்கள் முட்டாள் இல்லை.'

‘இது அநியாயம் இல்லையா?’

‘அநியாயம்? அப்படி என்றால்? உங்கள் பேச்சில் சில வார்த்தைகள் எனக்குப் புரியவில்லை! எங்கள் தமிழ் சற்று வேறுபட்டது! உங்களை மறுபடி சந்திக்கிறேன். எனக்கு முன்னால் வேலை இருக்கிறது. இவர்கள் உங்களை இனி ஒன்றும் செய்யமாட்டார்கள்!’

அவன் போனதும் நான் சற்று நேரம் நகத்தைக் கடித்துக்கொண்டு யோசித்துக்கொண்டிருந்தேன். எனக்கு வயிற்றில் பயம் பரவியிருந்தது. எதிரே என்ன நிகழப் போகிறது என்று தெரியவில்லை. வினோதமான மனிதர்கள். ஒருவன் ஊசி குத்த வருகிறான். மற்றொருவன் அதைத் தடுக்கிறான். தீவு என்கிறார்கள்!

நான் எழுந்திருக்க முற்பட்டேன். அவர்கள் மூவரும் என்னிடம் வந்தார்கள். லீலா தலையை அசைத்தாள். ‘எழுந்திருக்கக் கூடாது’ என்றாள்.

‘எனக்கு மூத்திரம் போகவேண்டும்.’

லீலா அவர்களைப் பார்த்தாள். ‘என்ன வேண்டும்?’

‘மூத்திரம்! தெரியாது? சூச்சூ பிப்பி! உங்கள் தீவில் என்ன சொல்வீர்கள்?’

அவர்கள் புரியாதபடி விழித்தார்கள்.

‘முட்டாள்களே! என் உடம்பிலிருந்து தண்ணீர் எடுக்கவேண்டும்!’

லீலா புரிந்துகொண்டாள். ‘பிரியப் போகிறார்!’ என்றாள் தன் சகாக்களிடம். ‘ஓ! பிரியவேண்டுமா? வாருங்கள்!’ என்று விமானத்தின் பின் பக்கம் அழைத்துச் சென்றார்கள்.

அவன் என்னை நிழலாகத் தொடர்ந்து வந்தான்.

‘ஏன், நான் பிரியும்போதுகூடப் பார்க்கவேண்டுமா உனக்கு? அது என்னடாப்பா விபரீத ஆசை!’

அவன் சற்று தயங்கி, தனியாக அனுமதித்தான்.

உள்ளே உள்ள கண்ணாடியில் என் கண்களில் பயம் தெரிந்தது. எதற்கு பயப்படுகிறேன்! ஏதோ ஒரு விஷயத்துக்கு இவர்களுக்கு நான் தேவைப்படுகிறேன். என் உயிருக்கு ஆபத்து என்றால்,

என்னைக் கொல்லவேண்டும் என்றால், இவ்வளவு சுற்றி வளைத்து ஒருவரும் செய்ய மாட்டார்கள். என்னதான் நடக்கிறது என்று பார்த்துவிடலாமே!

பிரித்துவிட்டு வெளியே வந்ததும் என் பயமும் பிரிந்திருந்தது. ஜன்னல் வழியாகப் பார்த்தேன். சூரியனின் நிலையிலிருந்து சுமார் தென்கிழக்காக நாங்கள் சென்றுகொண்டிருக்கலாம் என்று தெரிந்தது. கீழே சமுத்திரம்தான் மேக இடுக்குகளில் தெரிந்தது.

நான் என் சீட்டில் திரும்பச் சென்று உட்காராமல் லீலாவின் அருகே சென்று உட்கார்ந்தேன். 'ஹலோ!' என்றேன். அவளைப் பார்த்துச் சிரித்தேன். அவள் ஒரு ஐந்து பர்சண்ட் சிரிப்பு சிரித்தாள்.

'லீலா?'

'என்ன?'

'உன் பேர் அலமேலுவா? மாற்றிக்கொண்டாயா?'

'என் பேர் அலமேலு இல்லை. லீலா இல்லை!'

'லீலாவும் இல்லையா?'

'இந்த வாரம் மட்டும், ஏழு நாட்கள் மட்டும் லீலா!'

'உன் பேர் என்ன?'

'எனக்குப் பேர் இல்லை....'

'பெண்ணே, இது இன்னாமாரி ஜாயிண்ட்!'

'உங்கள் கேள்வி எனக்குப் புரியவில்லை!'

'உங்கள் விமானத்தில் நான் பிரியவில்லை! உனக்கு இங்கிலீஷ் வருமா? இங்கிலீஷ் தெரியுமா?'

'தெரியாது!'

'காலை பேசினாயே!'

'அதெல்லாம் பாடம்.'

'உன் பாஷை என்ன?'

'தமிழ்.'

'தமிழ் தெரியுமல்லவா?'

'தெரியும்.'

'என் கன்னத்தில் முத்தமிடுவாயா?'

'புரியவில்லை.'

'என்ன தமிழ்? உங்கள் தமிழில் முத்தம் கிடையாதா?'

'முத்தம்?'

'முத்தத்துக்கு உங்கள் தமிழில் என்ன, ஜிவ்வாவா!' அவள் நெற்றி கேள்வியில் சுருங்கியது.

நான் என் புறங்கையை முத்தமிட்டேன். 'இது கிடையாதா உங்கள் ஊரில்?'

'ஓ!' என்று சிரித்தாள்.

'அதற்குப் பெயர் 'ஓ'வா!'

'இல்லை! அதற்குப் பெயர் கிடையாது. ஆனால் நாங்கள் செய்வோம். விடுமுறை தினம் மட்டும்தான்!'

'இன்று விடுமுறை இல்லையா?'

'இல்லை' என்றாள். 'அதற்கு என்ன சொன்னீர்கள்? முத்தம்!' தனக்குள் கொஞ்சம் சிரித்துக்கொண்டாள். 'உங்களுக்கும் வேண்டுமா?'

'என்ன?'

'முத்தம்!'

'ஆம்.'

அவள் அந்த இருவரில் ஒருவனைக் கூப்பிட்டாள். அவன் நாங்கள் பேசியதை ஒன்றுவிடாமல் கவனித்துக் கொண்டிருந்தான். அவன் நேராக என்னை முத்தமிட வந்தான். நான் பயந்து 'வேண்டாம், வேண்டாம்!' என்றேன். 'முட்டாக் ...களா!' என்றேன்.

'புரியவில்லை' என்றாள் தாற்காலிக லீலா.

'நல்லது' என்றேன்.

'உன் அண்ணனுக்குக் கல்யாணமா? நீ அங்கே ஸ்பஷ்டமாகத் தமிழ் பேசினாயே! என்ன என்னவோ எங்கள் வார்த்தைகள் எல்லாம் உபயோகித்தாயே!'

'அது முழுவதும் நான் பாடம் செய்துகொண்டது' என்று தன் சட்டைப் பையின் மேல் இருந்த காகிதங்களை எடுத்துக் காட்டினாள். அதில்,

'குட்மார்னிங்... உங்களை ஒரு முக்கியமான விஷயமாகப் பார்க்கவேண்டும்...'

அவன் என்னுடன் இன்று காலை பேசிய வாசகங்கள் எல்லாம் சுத்தமாக டைப் அடிக்கப்பட்டிருந்தன.

'ஒரு மாதம் அதற்காக எனக்குப் பயிற்சி கொடுக்கப்பட்டது.'

'அப்படியா?'

அந்தக் காகிதங்களை மடக்கி மறுபடி அவள் பாக்கெட்டில் நானே வைத்தேன்.

அவள் மார்பின்மேல் என் கை பட்டதை அவள் ஆட்சேபிக்க வில்லை! சற்று நேரம் கையை எடுக்காமல் இருந்தேன். அவள் ஆட்சேபிக்கவில்லை. அவளைச் சுற்றிக் கையை வளைத்துக் கொண்டேன். அவள் ஆட்சேபிக்கவில்லை. 'உங்கள் ஊருக்கு என்ன பெயர் சொன்னாய்?'

'சொர்க்கத் தீவு.'

நான் அவளிடமிருந்து விலகிக் கொண்டேன். என் இருதயத் துடிப்பு 220-க்கு எகிறி இருந்தது. இது நம் உடம்புக்கு ஆகாது!

3

என்னதான் கவலையாக இருந்தாலும் விமானத்தின் சீரான விர்ர்ரில் எனக்குத் தூக்கம் வந்துவிட்டது. அந்தத் தூக்கத்தில், குட்டிக் கனா ஒன்றில், அலமேலு என்கிற லீலா என்கிற யாரோ ஃபர்னிச்சரே இல்லாத ஒரு அறையில் நட்ட நடவில் ஆரஞ்ச் வெளிச்சத் தில்... சே எழுந்துவிட்டேன். என் கனவெல்லாம் இந்த மாதிரி இருந்ததே இல்லை. அதில் எல்லோரும் முழுக்க உடுத்திக்கொண்டு வருவார் கள். போலீஸ்காரன் வருவான். இறந்துபோன என் பாட்டி வருவாள். என் பாஸ் ஜெய்ன் வருவான். ஜெய்ன் என் பாட்டி மாதிரி பேசுவான். பாட்டி ஜெய்ன் மாதிரி பேசுவாள். ஏதோ சன்னமான குழப்பங்களேதவிர, இந்த மாதிரி அதிவீரராம பாண்டியன் சமாசாரமா! அதுவும் பகல் தூக்கத்தில்! அய்ங்கார்! உனக்கு என்னவோ ஆகிக்கொண்டிருக் கிறது. உன் பிரம்மசரியம் என்ன ஆவது? உன் அப்பா லண்டன் போனபோது சீமாட்டிகளுக்கு நடுவில் குடுமி முடிந்துகொண்டவராயிற்றே!

கண் விழித்தபோது விமானம் இறங்கிக்கொண்டிருந் ததை உணர்ந்தேன். லீலா டிரஸ் மாறி இருந்தாள். மற்றவர்களைப் போல வெளிர் நீல ஓவர் ஆல்

அணிந்துகொண்டு தலைமயிரைப் பின் தள்ளி இறுகப் பிடித்திருந் தாள். லீலா மாதிரி பெண்களைத் தற்காலத்தில் பார்ப்பது அரிது. முகத்தில் ஒரு தூசுப் பவுடர் இல்லாமல், மேக் அப் என்பதே இல்லாமல்... விமானத்து ஜன்னல் வழியாகப் பார்த்தேன். சமுத்திரம்தான் தெரிந்தது? விமானமானால் இறங்கிக் கொண்டிருக்கிறது. எம்பிப் பார்க்கலாம் என்றால் பெல்ட்டை யாரோ மறுபடி அணிவித்திருக்கிறார்கள். 'லீலா, சமுத்திரத்தில் இறங்கப் போகிறோமா?' என்று கேட்டேன். எதிர் சீட்டிலிருந்து ஒரு முகம் எட்டிப் பார்த்து, என்னை 'ஷ்' என்று சைகை காட்டி எதிரே விளக்கைக் காட்டியது... 'இறங்கப் போகிறோம்' என்று விளக்கு ஒளிர்ந்தது. விமானம் டர்புலன்ஸினால் ஆடியது. சமுத்திரத்திலா! பெருமாளே! கடல் அலைகளின் நுரை தெரியும் வரை மிகத் தாழ்வாகப் பறந்துகொண்டிருந்தது விமானம். நிலத்தையே காணோமே!

திடீர் என்று விமானத்தின் கீழ் பச்சை மரங்களின் உச்சிகள் தெரிந்தன! மிகச் சிறிய தீவாகத்தான் இருக்கவேண்டும். அந்த மரங்களின் உச்சிகள் எங்களை நோக்கி விஷ் விஷ் என்று விரைந்தன. பச்சைப் போர்வையிட்ட இரண்டு பிரும்மாண்ட மலைச் சிகரங்கள் எங்களை நோக்கி ஸ்லோமோஷனில் வந்தன. அவற்றுக்கு இடைவெளியில் அபாயகரமான உயரத்தில் விமானம் கடந்து, உடனே இறக்கையை இடம் புறம் மடக்க, திடீர் என்று ரன்வே தெரிந்தது. அசைந்து அசைந்து அந்த இடத்தை நோக்கி இறங்கியது.

மிகவும் சிக்கலான இறக்கம். அந்த விமான நிலையம் அந்த மலை இடைவெளி கடந்து, பள்ளத்தாக்கில் ஒளிந்துகொண்டிருந்தது என்று சொல்லலாம். அதீதமான பச்சைச் சரிவுகளுக்கு இடையில் கட்டடங்கள் செருகி இருப்பதைக் கவனித்தேன். மலையை ஒட்டி மாலை அணிவித்தது போல ஒரு துல்லியமான சாலையில் டிராம் போல நீளமான வண்டி சற்று வேகமாகவே ஊர்ந்து கொண்டிருந்தது. சில கார்கள் தெரிந்தன. சரிவுகளில் கட்டடங ்கள் ஒழுங்கான தேயிலைத் தோட்டச் சரிவுகள் போல. அலம்பி விட்டாற்போல இடம்...

மிகச் சன்னமாக இறங்கித் தரையை முத்தமிட்டது விமானம். முத்தம்தான் அது. திறமையான பைலட்டாக இருக்கவேண்டும். தொட்டதும் உடனே, ரன்வே. நீளம் அதிகமில்லை போலும். முழு ப்ரேக்குகளும் ரிவர்ஸ் த்ரஸ்ட்டும் கொடுத்ததில்

மென்னியைப் பிடித்தது போலக் கொஞ்ச தூரத்திலேயே நின்றுவிட்டது விமானம். திரும்பி ரன்வேயிலிருந்து விலகிய ஒரே ஒரு டாக்ஸிப் பாதையில் நேர் எதிரே தெரிந்த ஒற்றைக் கட்டடத்தை நோக்கிச் சென்று நின்று, அதன் இன்ஜின் சப்தம் குறைய, அதன் பின்புறத்துக் கதவு ந்யூமாட்டிக் கொட்டாவி விட்டுத் திறந்துகொள்ள, நான் பெல்ட்டிலிருந்து என்னை விடுவித்துக்கொண்டு எழுந்து என் அங்கங்களை நீட்டிக்கொண்டு சோம்பல் முறித்துக் கைகளைச் சொடக்கிக்கொண்டேன்.

கேப்டனும் (அவன் பெயர் ஷோ) அவனுடைய உதவி பைலட்டும் வெளியே வர லீலா, அந்த இருவர், ஷோ, ஷோவின் சிஷ்யன் எல்லோரும் வரிசையாக நின்றுகொண்டு நான் முதலில் இறங்கக் காத்திருந்தார்கள். இறங்கினேன். பின் தொடர்ந்தார்கள்.

படிகளை விட்டுத் தரையைத் தொட்டதும் அவர்கள் சன்னமாகக் கைதட்டினார்கள். நான் திரும்பிப் பார்த்துக்கொண்டே, சுற்றும் பார்த்துக்கொண்டே நடந்தேன். அங்கிருந்து ஆயிரம் அடி தூரத்தில் அந்தக் கட்டடம் இருந்தது. அந்தக் கட்டடத்தின் முகப்பில் ஒரே ஒரு கார் இருந்தது. அந்தக் காரின் அருகில் ஒருவன் கை கட்டிக்கொண்டு நின்றுகொண்டிருந்தான். அவனும் இவர்கள்போல வெளிர் நீலத்தில் அணிந்திருந்தான்.

நாங்கள் மௌனமாக அந்தக் கட்டடத்தை நோக்கி நடந்தோம். அந்த கார் அருகில் வந்ததும் லீலா, 'நாங்கள் இப்போது விலகு கிறோம். மறுபடி சந்திக்கலாம்' என்றாள். அவர்கள் ஐவரும் அந்தக் காரில் ஏறிக்கொள்ள, ஷோ எனக்கு அரை மனதாக 'டாட்டா' காட்டிவிட்டு கதவை அடைத்து மூட, அந்த காரிலிருந்து சிரிப்பொலி கேட்க, காத்திருந்தவன் டிரைவர் சீட்டில் உட்கார, கார் உடனே விர் என்று கிளம்பிச் சென்று விட்டது.

நான் அத்தனை கான்க்ரீட்டின் நடுவில் மிகத்தனியாக நின்றேன். பின்னால் திரும்பிப் பார்த்தேன். அந்த விமானத்தை ஒரு டிராக்டர் இழுத்துச் சென்றுகொண்டிருந்தது. எதிரே பார்த்தேன். கட்டடம் ஒரு விதமான தியேட்டர் போல் இருந்தது. துருத்திக்கொண்டு, கான்க்ரீட் நீட்டிக்கொண்டிருக்க, அதன் நிழலில் கண்ணாடிக் கதவுகள் எல்லாம் மூடியிருந்தன. என்ன வினோதமான வரவேற்பு! எனக்கு வியர்த்தது. ஏதாவது நடக்கவேண்டுமே! சும்மா நின்றேன்!

'திரு அய்ங்கார்!' என்று அமானுஷ்யமான குரல் கேட்டது. ஒலிபெருக்கி குத்துமதிப்பாக அந்தக் கட்டடத்திலிருந்துதான் வந்திருக்கவேண்டும். மிகப் பலமான ஒலி அது. அருகில் உள்ள மலைகளிலோ அல்லது ஹாங்கரிலோ எதிரொலித்தது. சில செகண்டுகள் கழித்து மறுபடி சின்னதாக, 'திரு அய்ங்கார்!' என்று கூப்பிட்டது.

'சிரமம் தருவதற்கு மன்னிக்கவும், சிரமம் தருவதற்கு மன்னிக்க வும். உங்களை நாங்கள் நேராக வரவேற்க முடியாத நிலையில் இருக்கிறோம். உங்களை நாங்கள் நேராக வரவேற்க முடியாத நிலையில் இருக்கிறோம். உங்களை... உங்களை... பரி சோதனை... பரிசோதனை... செய்யவேண்டும். செய்ய வேண்டும். நேராக வாருங்கள்... நேராக வாருங்கள்.'

நான் நேராக நடந்தேன். என் ரத்தத்தில் கொஞ்சம் த்ரில் ஏறியது. எனக்கு ஏதோ புதிதாக நிகழப்போகிறது என்பது என் மயிர்க் கால்களில் தெரிந்தது. அந்தக் கண்ணாடிக்கதவு நன்றாகத் திறந்து கொண்டதா என்ன? இல்லை. அதன் பின் ஒரு பெண் இருந்தாள். அவள் உடையை வர்ணிக்க வேண்டுமா? தேவையில்லை. வெளிர் நீலம், லீலா மாதிரியே தலைமயிர் வெட்டு. ஏறக்குறைய அவள்போல்தான் இருந்தாள். ஆனால் முகத்தில் அரைப் பகுதியை வெள்ளைத் துணியால் மூடியிருந்தாள். கழுத்தில் ஸ்டெதாஸ்கோப் அணிந்திருந்தாள். அவள் கண்கள் என்னைப் பார்த்துச் சிரித்தன. 'நீங்கள் யார்? டாக்டர் லீலாவா?' என்றேன். அவள் அதற்கு பதில் சொல்லாமல், 'இப்படி வாருங்கள்' என்றாள் துணிக்குப் பின்னாலிருந்து. அவள் என்னை அணைத்து அழைத்துக்கொண்டு சென்றாள். மிகப் பெரிய ஹால் அது. அது குளிர்பதனம் செய்யப்பட்டிருக்கவேண்டும். வெளியே - உள்ளே சீதோஷ்ண வித்தியாசம் தெரிந்தது. அந்த ஹாலில் தூண்களே இல்லை. சீலிங் உயரமாக இருந்தது. கண்ணாடிக் கதவுகளும் ஜன்னல்களும் பொருத்தி இருக்க, எனக்கு நேர் எதிரே சற்றுப் பெரிய சைஸில் ஒரு டெலிவிஷன் திரை போல் தெரிந்தது. மெலிதான பச்சைக் கண்ணாடித் திரை. அந்தத் திரையில் பிம்பங்கள் இல்லை. சுவரோடு ஒட்டி இருந்த ஒரு அறைக்குள் நானும் டாக்டரும் நுழைந்தோம். அந்த அறையின் முகப்பில் 'சுகா' என்று எழுதி இருந்தது.

அந்த அறையில் உட்காரவைத்து அவள் என் சட்டையின் மார்பு பட்டன்களைக் கழற்றி, ஸ்டெதாஸ்கோப்பால் என்

இருதயத்தைக் கவனமாகக் கேட்டாள். அவளிடம் ஒருவிதமான அஸெப்டிக் வாசனை இருந்தது...

'டேக் மி டு யுவர் லீடர்' என்றேன். செவ்வாய் கிரகத்திலிருந்து யாராவது வந்து இறங்கினால் இப்படித்தான் கேட்பார்களாம். 'இது என்ன பரிசோதனை?' என்றேன்.

'பொதுவான பரிசோதனை. எங்கள் தீவில் முதலில் வருபவர்கள் எல்லோரையும் இம்மாதிரி பரிசோதிக்கவேண்டும். பதினைந்து நிமிடங்களில் முடிந்துவிடும். பலமாக மூச்சு விடுகிறீர்களா?'

'நீ ஒருத்திதானா இந்தக் கட்டடத்தில்?'

'இல்லை. அவர்கள் காத்திருக்கிறார்கள். வருவார்கள்.'

அவள் என் ரத்த அழுத்தத்தை, புஸ் என்று காற்று ஊதி கையை ரப்பரால் கட்டி, எடுத்தாள். என்னை ஒரே இடத்தில் ஓடச் சொல்லி மறுபடி ரத்த அழுத்தத்தை எடுத்தாள். ஒரு சிறிய ஊசியால் என் விரலிலிருந்து ஒரே ஒரு ரத்த முத்து எடுத்தாள். ஒரு டெஸ்ட் ட்யூப் கொடுத்து, கொஞ்சம் பிரிந்துவிட்டு, கொண்டு வருமாறு சொன்னாள். எனக்கு டயபடிஸ், எபிலெப்ஸி, அலர்ஜி, ஒற்றைத் தலைவலி, காமாலை என்று ஏதேதோ பட்டியலிட்டு இவை எல்லாம் வந்திருக்கிறதா என்று கேட்டாள். அதன்பின் என் உடைகளை முழுவதும் அவிழ்த்துவிடச் சொன்னாள்.

'என்ன விளையாடுகிறாயா?'

'கழற்றுங்கள். அவர்கள் காத்திருக்கிறார்கள்.'

'முடியாது!' என்றேன்.

'ஏன்!'

எனக்கு ஆத்திரம் வந்தது. 'என்னை அவமானப்படுத்துகிறீர்கள். என்னை ஏதோ ராக்கெட்டில் அனுப்பப்போகும் குரங்குபோல் நடத்துகிறீர்கள். உங்கள் முன்னால் நான் உடையைக் கழற்ற முடியாது.'

'ஏன், எனக்குப் புரியவில்லை.'

'வெட்கமாக இல்லை? யாராவது ஒரு ஆண் டாக்டரை அனுப்பு!'

'வெட்கம் என்றால்?'

'உன்னிடம் இல்லாதது! முட்டாள்களே! என்னைத் திரும்ப அனுப்புங்கள். இல்லாவிட்டால் கண்ணாடியை உடைப்பேன். திஸ் இஸ் தி லிமிட்!' என்று சுத்தமாக இருந்த கண்ணாடிக் குப்பி ஒன்றை எடுத்து உடைத்தேன். அது உடையவில்லை.

அந்தப் பெண் அப்படியே தயங்கி நின்றாள். என்னிடமிருந்து விலகினாள். அந்த அறையில் இருந்த இன்டர்காம் போலிருந்த சாதனத்தின் பட்டனைத் தட்டினாள்.

'என்ன?' என்றது குரல்

'பாஷை புரியவில்லை, உடைகளைக் கழற்ற மறுக்கிறார்' என்றாள்.

'அய்ங்கார்... நீங்கள் உடைகளைக் கழற்றும்வரை இந்தக் கட்டடத்திலேயே இருக்கவேண்டும். உங்கள் அந்தரங்க பாகங்களைப் பரிசோதிப்பதும் முக்கியம். இல்லை என்றால் உங்கள் பரிசோதனை முடிவதில்லை. நீங்கள் கழற்றும்வரை காத்திருக்கிறோம்!' என்றது குரல்!

'மிஸ்டர் அசரீரி! உங்கள் கண்ணாடி சாமான்களை உடைக்க விருப்பமா?' அவள்மேல் மற்றொரு ஜாடியை எறிந்தேன். அது உடையவில்லை! அவள் கதவைத் திறந்து வெளியில் சென்றாள்.

நான் கதவை முயன்று பார்த்தேன். அது பூட்டி இருந்தது. 'நாங்கள் காத்திருப்போம்' என்றது குரல்.

நான் அந்த ஸ்டூலின்மேல் உட்கார்ந்தேன்.

சற்று நேரம் கழித்து நான் தோற்றேன். 'ஆண் டாக்டராக அனுப்பு. கழற்றுகிறேன்' என்றேன்.

'உடனே!' என்றது குரல்.

சில நிமிஷங்களில் கதவு திறந்து மற்றொரு வெளிர் நீலம் வந்தான்.

'நீ ஒரு ஆணா, பெண்ணா?' என்றேன்.

'ஆண்!'

கழற்றினேன். 'பார்' என்றேன்.

'ஏதாவது சாப்பிடுகிறீர்களா?'

'காப்பி வேண்டும்' என்றேன். பட்டன்களைப் போட்டுக்கொண்டு.

'காப்பி இங்கு கிடையாது. நீங்கள் தங்கும் இடத்தில் கிடைக்கும். பால் கிடைக்கும்!'

'இங்கே பாலே கிடையாது என்று நினைத்தேன்' என்றேன் சிலேடையாக.

'வந்தனம். உங்கள் பரிசோதனை முடிந்தது. சற்று நேரம் உட்கார்ந்திருக்கவேண்டும். பதினெட்டு நிமிடத்தில் முடிவு தெரிந்துவிடும். காத்திருங்கள் தயவு செய்து'

'என் தாத்தா ஒருத்தருக்கு முடக்குவாதம் இருந்திருக்கிறது. என்னைத் திருப்பி அனுப்பிவிடுங்களேன்.'

அவர்களுக்கெல்லாம் நகைச்சுவை உணர்ச்சி கிடையாது என்று நினைத்துக்கொண்டேன். அந்தப் பெண் டாக்டர் என் உடம்பைத் தொடும்போது ஏதோ கண்ணாடி சாதனத்தைத் தொடுவது போல்தான் தொட்டாள். என்ன ஜனங்கள்!

என் மனத்தில் கன்னிகாஸ்திரீகள் என்னைத் தண்ணீர் தொட்டிக்குள் உட்காரவைத்து எனக்கு வினோத சோப் போட்டுத் தேய்த்து விடும் காட்சி விரிந்தது. 'கிச்சு கிச்சு மூட்டாதே, உன் பேர் என்னடி...' என்றேன்.

என்ன பூமி இது!

சரியாகப் பதினெட்டு நிமிடங்களில் கதவு திறந்தது. ஒன்பது பத்து பேர் நின்றுகொண்டிருந்தார்கள். அவர்களில் முதலில் நுழைந்தவன் உடையில் (வெளிர் நீலம் மறுபடி) ஒரு வட்டம். அதனுள் மற்றொரு வட்டம். மார்பில் வரையப்பட்டிருந்தது.

'என் பெயர் பெரி. உங்களைச் சந்திப்பதில் எனக்கு மிகவும் மகிழ்ச்சி.'

'மெடிகலில் நான் பாஸா?'

'மன்னிக்கவும். உங்கள் கேள்வி...'

'பரிசோதனையில் நான் தேர்ந்துவிட்டேனா?'

'ஆம். உங்களிடம் ரோகம் எதுவும் இல்லை. நீங்கள் எங்கள் தீவுக்குள் வரலாம்!'

'உன் பெயர் என்ன சொன்னாய்?'

'பெரி.'

'பெரி! நான் இந்த இடத்தை விட்டு கிளம்புவதற்குள் எனக்குச் சில தகவல்கள் வேண்டும்!'

'கேளுங்கள்.'

'என்னை எதற்கு இட்டுக்கொண்டு வந்திருக்கிறீர்கள்?'

'சில தினங்கள் நீங்கள் எங்கள் விருந்தாளியாக இருப்பதற்கு!'

'ஏன் நான்? இந்திரா காந்தி இல்லையா? கருணாநிதி இல்லையா?'

'அது இன்று மாலை புரியும்.'

'இன்று மாலை என்ன?'

'நீங்கள் சத்யாவைச் சந்திப்பீர்கள்.'

'சத்யா ஆணா, பெண்ணா?'

'ஆண்?

'ஷோ! பெரி! சத்யா! யாரப்பா பேர் வெக்கறாங்க இங்கே?'

'போகலாமா?'

'என் கேள்விகள் முடியவில்லை. எத்தனை நாள் நான் இங்கு இருக்கப்போகிறேன்?'

'அது உங்களைப் பொருத்தது.'

'அப்படி என்றால்...'

'சத்யா சொல்வார்.'

'சத்யா யார்? இந்த நாட்டின் பிரதமரா?'

'அதெல்லாம் இங்கு கிடையாது. சத்யா சொல்வார்.'

'இவர்கள் எல்லாம் யார்? எல்லோரும் ஒரே மாதிரி இருக்கிறார்களே! அதையும் சத்யா சொல்வாரா?'

'இவர்கள் எல்லோரும் உங்கள் நண்பர்கள். நாங்கள் எல்லோரும் நண்பர்கள். நீங்கள் கவலைப்படவேண்டாம்.'

'சத்யா பார்த்துக் கொள்வார் இல்லையா? இப்போது எங்கே போகப்போகிறோம்?'

'நேராக நீங்கள் தங்கும் இடத்துக்குச் செல்வோம். அங்கே சற்று நேரம் இன்பமாக இருந்துவிட்டு, பின்பு சற்று நேரம் ஓய்வு எடுத்துக்கொண்டபின், நீங்கள் எதற்கு இங்கு கொண்டுவரப் பட்டிருக்கிறீர்கள் என்பதைச் சொல்கிறோம்!'

'முதல் வரியை மறுபடி சொல்லு... 'சற்று நேரம் இன்பமாக இருந்துவிட்டு' என்றால் என்ன அர்த்தம்?'

'அங்கே போனதும் தெரியும்.'

ஒரே மாதிரி மூன்று கார்கள் கட்டடத்தின் வெளியே நின்றுகொண்டிருந்தன.

4

விமான நிலையத்தினின்று மீண்டும் நகரத்துக்குச் செல்லும் சாலையில் அந்தக் காரில் சென்று கொண்டிருந்த அடியேனுக்கு எதிரே விரிந்த காட்சி மிகுந்த ஆச்சரியத்தைத் தந்தது. சற்று நேரம் என் அவல நிலைமையை முழுவதும் மறக்கச் செய்தது.

அந்தச் சாலையில் மனிதர்களே இல்லை. மிகச் சுத்தமான கான்கிரீட். முதுகு நடுவே வெண்மை யிலும் வெண்மையான பட்டை. நிமிஷத்துக்கு நிமிஷம் வேட்டியை டப்பா கட்டு கட்டிக்கொண்டு குறுக்கே ஜனங்கள் செல்வதும், திடுதிப்பென்று கக் கக் கக் கோழி, குஞ்சுகளுடன் குறுக்கே ஓடுவதை யும், நிதானமாகச் சாணமிட்டுக்கொண்டு மாட்டு வண்டிகள் ஊர்வதையும், 'ஹாரன் ஒலி எழுப்புக' என்று பின்பக்கம் எழுதி இருக்கும் பஸ்கள் புழுதிப் படலம் எழுப்பிச் செல்வதையும் நம் சாலைகளில் பார்த்துப் பழக்கப்பட்ட எனக்கு, இந்தச் சாலை மிக வினோதமாக இருந்தது. அடிக்கடி மரங்கள். வளைந்து வளைந்து செல்லும் அந்தச் சாலை ஒரு மலையை அணைத்துக்கொண்டு செல்கிறது என்பது எனக்குத் தெரிந்தது. பள்ளத்தாக்கில் நான் விமானத் திலிருந்து பார்த்த பசுமைப் போர்வையை மறுபடி

பார்த்தேன். மலையின் சரிவுகளில் படிப்படியாக வெட்டப்பட்டு அங்கே பயிர் நிலங்கள் ஏற்படுத்தி இருப்பதைப் பார்த்தேன். அந்த நிலங்களின் பசுமையிலும் மனிதர்கள் தென்படவில்லை. கிராமங்கள் எவையுமே இல்லை.

சீராக - எழுபது எண்பது கிலோமீட்டர் கதியில் - சென்று கொண்டிருந்தது கார். அதன் ஓட்டி ஹாரன் ஒலியே எழுப்பவில்லை. அந்தக் கார் ஒரு ஜப்பானிய டோயோட்டா என்பது எனக்குத் தெரிந்தது. திருப்பங்களில் அதிவேகமாகச் செல்வதற்குச் சாலையில் சீரான சரிவு கொடுத்திருந்ததால் திருப்பங்களிலும் எனக்குப் பயம் தந்து மிக வேகமாகச் சென்றது கார். அதில் ரேடியோ இருந்தது. திடீரென்று ஒரு திருப்பத்தில் என்முன் நகரின் அடையாளங்கள் தெரிந்தன. நான் முதன்முதல் கவனித்தது.... ஒரு மிக மிக உயரமான போர்டு. பதினாறு அடிக்கு இருபத்தைந்து அடி இருக்கலாம். அந்த போர்டு முழுவதும் பரவி ஒரு பிரம்மாண்டமான முகம் சிரித்துக்கொண்டிருந்தது. பரந்த நெற்றி, சற்றே வழுக்கை, உதட்டுடன் கண்களும் சிரித்துக் கொண்டிருக்க, அந்தக் கண்கள் என்னையே பார்த்துக் கொண்டிருந்தன.

'யார் இது?' என்றேன்.

'சத்யா' என்றான், தன் பெயர் 'பெரி' என்று சொன்னவன்.

'இவர்தான் இந்த தேசத்துச் சர்வாதிகாரியா?'

'அப்படி இல்லை. சத்யா எங்களில் ஒருவர்.'

'விடாதே! உங்களில் ஒருவர் என்றால் இவ்வளவு உயரமான போர்டு போட்டு மாட்டுவீர்களா? வெள்ளிக்கிழமை பூஜை உண்டா இவருக்கு?'

'நீங்கள் பேசுவது அர்த்தமாகவில்லை.'

'பதில் பேச இஷ்டமில்லை என்றால் நீங்கள் எல்லாரும் அப்படிச் சொல்கிறீர்கள்' என்றேன். மௌனம்...

'இந்த ஊரில் ஜனங்களே கிடையாதா?'

'நிறைய இருக்கிறார்கள்.'

'எங்கே எல்லாரும்?'

‘எல்லாரும் உள்ளே இருக்கிறார்கள். எல்லாரும் கட்டடங்களுக்கு உள்ளே இருக்கிறார்கள்.’

அந்த நகரம் எங்கள்மேல் கவிழ்ந்துகொண்டது. ராட்சசத்தனமான கான்கிரீட் கட்டடங்கள் தத்தம் உயரங்களை ஒப்பிட்டுப் பார்த்துக்கொண்டு, தொட்டுத் தொட்டு நின்றுகொண்டிருந்தன. எனக்கு எதிரே எண்பதடி உயரத்தில் மிக மிகப் பெரிய எழுத்துக்களில் ‘அன்பு’ என்று எழுதி, அந்த அன்பு ஊசலாடி எங்களைக் கடந்தது.

நகரின் தெருக்கள் கோடு போட்டு இழுத்ததுபோல் நேர்க்கோடுகளில் இருந்தன. சரிவுகள் மெல்லச் சரிந்தன. ஒரு காகிதம், காகிதத் துண்டு.... ஒரு சிகரெட் பெட்டி, ஒரு எச்சில் சிவப்பு? இல்லவே இல்லை. அலம்பிவிட்ட நகரம்... மக்களையும் சேர்த்து அலம்பிவிட்டதுபோல், தெருவில் ஜனங்களே இல்லாமல், கார்களும், கார்களும் மட்டும் மிக விரைவில் சென்றுகொண்டிருக்க, அழகான மிட்டாய்ப் பெட்டிகள் போல் சில டிராம் வண்டிகளையும் பார்த்தேன். அவற்றின் ஒற்றைக் கை மேலே இருந்து மின்சாரம் உறிஞ்சிக்கொண்டிருக்க, பெரும்பாலும் காலியாகவே இருந்தன அந்தப் பெட்டிகள். ஒரே ஒரு குழந்தை ஒரு ஜன்னலிலிருந்து எட்டிப் பார்த்து ஒரு கொடியை ஆட்டிக்கொண்டிருக்க, அந்த கொடியிலும் சத்யா.

இரண்டு கட்டட நெட்டைகளுக்கு இடையே நிழலில் (நிறைய நிழல்) பச்சைப் புல்வெளிச் சதுரம் ஒன்றில் முதன் முறையாக நிறையப் பேரைப் பார்த்தேன். அவர்கள் யாவரும் சிறுவர்கள். சிறுமிகள். அவர்கள் ஒரே சீராக உடை அணிந்து ஒரு டைமண்ட் வடிவத்தில் நின்றுகொண்டிருந்தார்கள். அவர்களுக்குப் பத்துப் பதினொன்று வயதுதான் இருக்கலாம். அவர்கள் தொடைகள் வேர்வையில் பளபளத்தன. மிகச் சிறிய ஷர்ட் அணிந்திருந்த அவர்கள் சீராகக் கை விரித்துக் குதித்துக்கொண்டிருந்தார்கள். அவர்கள் அமைத்த அந்த டைமண்டே அழகாகக் குதித்துக்கொண்டிருந்தது. அந்தச் சிறுமிகளிடம் வயதுக்கு மீறின வளர்ச்சி இருந்தது. அவர்கள் மார்பகங்கள் குதிக்கும்போது குலுங்குவது தெரிந்தது.

‘பள்ளியா?’ என்றேன்.

‘ஆம்’ என்றான் பெரி.

நிறைய குறுக்குத் தெருக்கள் வந்தன. ஒவ்வொன்றிலும் டிராஃபிக் விளக்குகள் பொருத்தியிருந்தன. விதவித வர்ணங்களில் கண்ணடித்துக்கொண்டிருந்தன. எங்களுக்கு ஒவ்வொன்றிலும் பச்சை கிடைத்தது.

'முன்னாலேயே சொல்லிவிட்டீர்களா என்ன? எல்லாவற்றிலும் பச்சை கிடைக்கிறதே!'

'ஒரே சீரான வேகத்தில் சென்றால் பச்சை தொடர்ந்து கிடைக்கும்' என்றான்.

அதுவரை மௌனமாக இருந்த அந்த காரின் ரேடியோ கனைத்துக் கொண்டது. 'பெரி' என்றது.

'பெரி' என்றான் பெரி.

'நேராக 46-க்கு வா; விருந்தாளி வந்தாரா?'

'ஆம்.'

'சிரமம் இருந்ததா?'

'இல்லை' என்றான் பெரி, என்னைப் பார்த்துக்கொண்டே.

'மிஸ்டர் ரேடியோ, நான் இந்தக் காரில்தான் இருக்கிறேன்' என்றேன் அந்த மைக்கைப் பிடுங்கிக்கொண்டு.

'அப்படியா சந்தோஷம். உங்களைச் சந்திப்பதில் சந்தோஷம்.'

'நீங்கள் யார், சத்யாவா?'

'இல்லை.' ரேடியோ மௌனமானது.

'என்ன பெயர் ஐயா அது. பெரி? பெரியசாமியோ?'

'பெரி, அவ்வளவுதான்.'

'உங்கள் தீவில் இரண்டு எழுத்துக்குமேல் பெயர் வைத்துக் கொள்ளக் கூடாதா. சத்யாவைத் தவிர?' என்றேன்.

பெரி மௌனமாக இருந்தான்.

'பெரி' என்றேன்.

'என்ன?'

'கொஞ்சம் சிரி.'

சிரித்தான். அவன் பற்களைப் பார்த்தால் ஃபார்ஹன்ஸ் கேள்வி கேட்காமல் வேலை கொடுப்பார்கள்.

சர்ரென்று மடங்கி இரண்டு நீண்ட கைகள்போலப் பகுதியாகப் பிரிந்திருக்கும் கட்டடத்தின் மையத்தில் இருந்த பதினைந்து மாடிக் கட்டத்தை நோக்கி விரைந்தது கார். கட்டடத்தின் கண்ணாடித் தடுப்புகளில் நாங்கள் நிழலாக வளைந்து, நிமிர்ந்து வளைந்தோம். கார் அந்தக் கட்டடத்தின் பேஸ்மெண்ட் பகுதிக்குச் சென்று நின்றது! மற்ற கார்கள் எங்களைத் தொடரவில்லை.

தானே இயங்கும் லிஃப்ட்டின் கதவு திறந்திருக்க அதனுள் என்னை பெரி அழைத்தான். எங்களைக் கொண்டு மூடிக்கொண்டதும் லிஃப்ட்டின் 15-வது மாடியின் பட்டனை அவன் அழுத்த. ஊ....ஷ்.

பதினைந்தாவது மாடிக் கதவு திறந்தது. நீளமான காரிடார். கீழே புஸு புஸு கார்பெட். பெரி என்னுடன் நடந்து இடதுபக்க அறை ஒன்றைத் திறந்து. 'இதுதான் நீங்கள் தங்கப் போகும் இடம்' என்றான்.

அப்பா!

அறை பெரிதாக இருந்தது. 'கல்யாணம் நடத்தலாம் போலிருக் கிறதே!' ஒரே ஒரு படம். சத்யா. சுவரில் வெளிர் நீலம். ஒரு படுக்கை. படுக்கை அருகில் நாய்க் குட்டிபோல் டெலிபோன். படுக்கையை அழுத்திப் பார்த்தேன். லீலாவின் மார்பைத் தொட்ட ஞாபகம் வந்தது. அந்தக் கதவைத் திறந்தால் எதிரே மற்றொரு அய்ங்கார். பாத்ரூமின் மெலிய சோப் வாசனை. எல்லாம் வெள்ளை வெளேர். கதவு திறந்ததால் இயங்கிய விளக்கு. மறுபடி மெயின் அறைக்கு வந்தேன். மேஜை... மேஜை மேல் தந்தத்தில் என்னவோ. நுணுக்கமாகப் பார்த்தால் பேனா... எதிர்ச்சுவர் முழுவதும் அடைத்த திரை.

பெரி வந்து சுவரில் இருக்கும் பட்டனைத் தட்ட, மௌனமாக, திரை தியேட்டரில் விரிவதுபோல் விரிய,

பிரமித்தேன்.

பதினைந்தாவது மாடியிலிருந்து என் எதிரே நகரமே விரிந்திருந் தது. கீழே அந்த கார்களின் சலனம். அதோ அந்தப் பெண்களின்

டைமண்ட். தூரத்தில் மலைப் பச்சை. அந்த மாடியின் டெர்ரஸில் ஒரு சிறிய நீச்சல் குளம் இருந்தது. அதில் துல்லிய நீலத்தில் ஜலம் ஜல ஜலத்தது.

'ஷய் ஷய்' என்று ஏற இறங்க விசில் அடித்தேன்.

'உங்களுக்கு ஏதாவது தேவை என்றால் இந்த நீல பட்டன்களை அழுத்தினால் போதும்' என்றான்.

அழுத்திப் பார்த்தேன்.

கதவு உடனே திறந்து ஒரு பெண் வந்து நின்றாள்.

'வணக்கம்' என்று சிரித்தாள். சின்னச் சிரிப்பு. 'என்ன வேண்டும்?' என்றாள்.

'வேலை செய்கிறது' என்றேன் பெரியிடம்.

'அழுத்தினால் வருகிறாயா என்று பார்க்கத்தான் கூப்பிட்டேன். அப்புறம் அழுத்துகிறேன். நீ போ குழந்தை' என்றேன்.

'பெரி! கை தட்டினால் அடிமைப் பெண் ஜரீனா வருவாளா?' என்றேன்.

அவனுக்குப் புரிந்திருக்க நியாயமில்லை.

'ஆமாம்! என்னை அப்படியே கடத்திக்கொண்டு வந்திருக்கிறீர் களே, வேட்டி, சட்டை எல்லாம் எனக்கு வேண்டாம் என்று நினைப்பா?'

பெரி ஒரு அலமாரியைத் திறந்தான். அதில் ஒரு ஆணுக்கு வேண்டிய எல்லா துணித் தேவைகளும் தொங்கின. கீழே மூன்று ஜோடி ஷூக்கள். ஒரு ஜோடி செருப்பு.

'எல்லாம் உங்கள் சைஸ்'

'இதென்ன டெலிவிஷனா? உங்க ஊரில் டெலிவிஷன் உண்டா?'

அந்த டெலிவிஷன் செட்டின் குமிழைத் திருப்பினேன். சற்று நேரம் ஒரு நீண்ட சதுரப் பொட்டு தெரிந்தது. அது விரிந்து திரையில் கோடுகள் ஓடின... ஒரு மனிதமுகம் தெரிந்தது. 'வணக்கம், சொர்க்கத் தீவுக்கு உங்களை வரவேற்கிறோம். இந்தத் தீவைப் பற்றிச் சில வார்த்தைகள் சொல்கிறோம்...'

‘லேட்டர் லாடீ’ என்று மூடினேன்.

‘சர்க்கார் டெலிவிஷனா?’

‘இல்லை! பிரத்யேகமாக ரெகார்ட் செய்யப்பட்டது. உங்களுக்குச் சமயம் இருக்கும்போது இதைப் போட்டுப் பாருங்கள். எங்கள் தீவுக்கு ஒரு அறிமுக நிகழ்ச்சி. சத்யாவைப் பார்க்கும்முன் இதை நீங்கள் போட்டுப் பார்க்கலாம். எனக்கு வேறு வேலை இருக்கிறது. நான் போய் வருகிறேன்.’ அவன் கதவை மூடிவிட்டுச் சென்றுவிட்டான்.

நான் அந்த அறையில் தனியாக இருந்தேன்.

எதற்காக இவ்வளவு சுகம்? அந்தக் கண்ணாடிக் கதவின் ஊடே அந்த வினோத நகரம். நீச்சல் குளம். பதினைந்தாவது மாடியில் நீச்சல் குளம்.

அதன் வரவேற்பை என்னால் நிராகரிக்க முடியவில்லை. என் சட்டையையும் பேண்டையும் அவிழ்த்துப் படுக்கையில் எறிந்தேன். பனியனை உரித்தேன்.

கதவைத் திறந்து அந்த மொட்டை மாடி நீச்சல் குளத்தை அணுகினேன். ‘எஸ்’ வடிவக் குளம். இறங்குவதற்கு வசதியாகப் படிகள்.... நீர் மிக ஜில்.

உள்ளே போனதும் மனம் குளிர்ந்தது. நிதானமாக நீந்தினேன். மூழ்கினேன். மல்லாந்தேன். நீந்தினேன்.

மெதுவாக குளத்தின் மையப் பகுதிக்குச் சென்றேன்.

‘ஜாக்கிரதை... ஜாக்கிரதை... குளத்தின் ஆழப்பகுதிக்குச் செல்கிறீர்கள்’ என்ற எச்சரிக்கை கேட்டது.

நான் சுற்றிலும் பார்த்தேன். ஒரு ஈ இல்லை. மறுபடி அசரீரியா! எங்கிருந்தோ ஒலிபெருக்கி பேசுகிறது. யாரோ பார்த்துக் கொண்டிருக்கிறார்கள்.

‘அந்த இடத்தில் ஆழம் ஆறு அடிக்கு மேல்.’

நான் கரைக்கு வந்துவிட்டேன். அந்த டெர்ரஸை ஆராய்ந்தேன். எங்கிருந்து. யார் பார்க்கிறார்கள்? தூரத்தில் கட்டடங்கள்... மேலே... வானம்...

திரும்ப அறைக்கு வந்து அந்தக் கதவைத் திறந்தபோது. கதவின் மேற்சுவரில் ஒரு லென்ஸ் பதிந்திருப்பதைக் கவனித்தேன். டெலிவிஷன் கேமராவின் லென்ஸாக இருக்கலாம். அதை நோக்கி டாடா காட்டிவிட்டு. 'குளிக்கும்போது பார்க்கக்கூடாது தெரியுமா?' என்று சொல்லிவிட்டு அறைக்குள் நுழைந்தேன்.

அலமாரியில் இருந்த துணிகள் மிகப் புதியவை. அவற்றை அணிந்துகொள்ளத் தயக்கமிருந்தது.

டிராயர் ஈரமாகி விட்டதே! கழற்றின என் சட்டை கசங்கி வியர்வை படிந்திருக்கிறதே!

அந்த உடைகள் எனக்குப் பொருந்தின.

பாத்ரூமுக்குச் சென்று தலை வாரிக்கொண்டேன். அறைக் கதவைத் திறக்க முற்பட்டேன். அறை வெளியில் தாளிடப்பட்டிருந்தது. எனக்குக் கோபம் வந்தது. டெலிபோனை எடுத்தேன்.

'என்ன வேண்டும்?' என்றது குரல்.

'பெரி! பெரியைக் கூப்பிடு!'

'பெரியைக் கூப்பிடச் சில நிமிஷங்கள் ஆகும். அதுவரை கொஞ்சம் சங்கீதம் கேட்கிறீர்களா?' டெலிபோனில் வயலின்கள் ஒலித்தன.

'சங்கீதத்தைக் கொளுத்து' என்று அதை வைத்துவிட்டுப் படுக்கை யில் உட்கார்ந்தேன். நீல பட்டன் ஞாபகம் வந்தது. அழுத்தி னேன். மறுபடியும் அந்தப் பெண் வந்தாள். சிரித்துவிட்டு, 'என்ன வேண்டும்?' என்றாள்.

'முறுகலா ரவா தோசை' என்றேன்.

அவள் புரியாமல் நின்றாள்.

'பசி தெரியுமா? பசி' என்றேன், வயிற்றைக் காட்டி.

'தெரியும்.'

'எனக்குப் பசி. சாப்பிட எதாவது கொண்டுவா.'

அவள் சென்றாள். அவள் உடம்போடு ஒட்டிய சட்டையும் பேண்ட்டும் அணிந்திருந்தாள். 'அய்ங்கார்!' என்று மனத்துக்குள் ஒரு சின்னக் குரல் அதட்டியது.

படுக்கைக்கு அருகில் இருந்த குள்ள மேஜைமேல் சில காகிதங்கள் இருந்தன. அவற்றில் ஒன்று ஏதோ அரசாங்க ஃபாரம்போல் இருந்தது. நிரப்பு என்றன சில வரிகள். வேண்டுமென்றால் நிரப்பு என்றன சில வரிகள்.

312817-73 1800

நிரப்பு

உன் பெயர்:

உன் வயது: அனுமதி எண்:

சொர்க்கத் தீவில் எத்தனை நாள்:
(வேண்டுமென்றால் குறிப்பிடு)

பெண் வயது:

நிறம்:

தலை மயிர்:

அமைப்பு:

(விசேஷமாக ஏதும்...)

(தனிக் காகிதத்தில் குறிப்பிடவும்)

எத்தனை/மணி/ நாள்/விவரம் தேவை:

நிரப்பாதே

சுகா, பகுதி: • கை மெடிக்கல்

சந்தோ பகுதி: • கை

பேசிக் நிகழ்ச்சி 1868

அந்தப் பெண் ஒரு சிறிய தட்டில் என்னமோ கொண்டுவந்து வைத்தாள். என்முன் குள்ள மேஜையை வைத்து அந்தத் தட்டைப் பொருத்தினாள்.

‘இதுதான் சாப்பாடா?’

‘உணவு’ என்றாள்.

நான் அதை மூக்கருகே கொண்டுசென்றேன்.

‘மாமிசமா?’

அவள் புரியாமல் பார்த்தாள்.

‘ஆடு தெரியுமா, ஆடு!’

தலையை ஆட்டினாள்.

‘அதை வெட்டு! கொல்லு!’ என்று மானசீகமாக ஒரு ஆட்டைக் காவு வாங்கினேன்.

அவள் புரிந்துகொண்டு, ‘ஊனா! ஊனில்லை!’ என்றாள்.

‘ஊன் சரியான லூன்’ என்றேன். அதைக் கடித்துப் பார்த்தேன். உப்பில்லாத, காரமில்லாத ஒரு வஸ்து. பக்கத்தில் பக்கவடா மாதிரி இருந்ததைக் கடித்தேன். உள்ளே காற்றாக இருந்தது. மோர் மாதிரி இருந்ததைச் சப்பிப் பார்த்தேன். பால்.

‘இது உதவாது’ என்று முருகன்மேல் மையல் கொண்ட பெண் போல் உணவை ஒதுக்கினேன்.

‘எடுத்துக் கொண்டு செல் தோழி’ என்றேன். அவள் அவற்றை எடுக்கையில், ‘இந்த ஃபாரம் என்ன, நிரப்பு... நிரப்பாதே... என்றெல்லாம் எழுதி இருக்கிறதே’ என்று கேட்டேன்.

‘ஓ! இது... உங்களுக்கு ஒரு பெண் தேவை என்றால் இதை நிரப்பிக்கொடுத்தால் அனுப்புவோம்’ என்றாள்.

‘என்னது! மறுபடி சொல்!’ என்றேன். அவள் மறுபடி சொல்வதற்குள் டெலிபோன் ஒலித்தது. எடுத்து ‘பெரி?’ என்றேன்.

‘பெரி இல்லை. கவனி. அவர்கள் சொல்வதைச் செய்யாதே. அவர்கள் சொல்வதைச் செய்யாதே. உன் உயிருக்கு ஆபத்து.’

‘கட்டக்’ என்று வெட்டப்பட்டது டெலிபோன்.

காதில் கேட்ட டெலிபோன் செய்தி என் மனத்தில் மறுபடி ஒலித்தது. முதன்முதலாக நான் வந்திருக்கும் இடத்தின் வினோதம் என்னை முழுமையாகத் தாக்கியது.

சும்மா சிவனே என்று, மன்னிக்கவும், பெருமாளே என்று இருந்தவனை ஒரு பெண்ணைக் காட்டிப் பிடித்து, ஒரு விமானத்தில் அடைத்து, ஆளே இல்லாத விமான நிலையத்தில் இறக்கிவிட்டு, ஒலிபெருக்கி என்னை மெடிக்கலுக்குக் கூப்பிட்டு, அங்கு ஒரு பெண் என்னைப் பிறந்தமேனியாக்கி, ஆளே இல்லாத தெருக்களின் ஊடே ஒரு பதினைந்து மாடிக் கட்டடத்தின் பதினைந்தாவது மாடியில் என்னைக் கொண்டுவிட, அருகே நீச்சல் குளம், டெலிவிஷன் கண், பணிப்பெண். அப்புறம், பெண் வேண்டுமானால் ஒரு ஃபாரத்தை நிரப்பவேண்டுமாம்.

அந்த ஃபாரத்தை மறுபடி பார்த்தேன்.

'உங்கள் ஊரில் ரேஷன் உண்டா?' என்று எனக்குப் பணி செய்ய (மறுபடி) வந்த பெண்ணைக் கேட்டேன். அவள் புரியாத அசட்டுத்தனத்துடன் என்னைப் பார்த்தாள். அவள் முன் நான் விரல்களைக் காட்டி, 'எத்தனை விரல்?' என்றேன். அவள் 'நான்கு' என்றாள்.

'அப்பாடா! நல்ல ஐக்யூ' என்றேன். அந்த விசுவாசமுள்ள பெண் பேதலித்துச் சிரித்தாள். மறுபடி ஃபார்ஹன்ஸ்.

டெலிபோன் ஒலித்தது. சுகமான, தடவிக் கொடுக்கும் ஒலி. நம் நாட்டு ராட்சச 'கிர்ரிங்... கிர்ரிங்....' இல்லை.

'பெரி' என்றான் பெரி.

'பெரி, உடனே வந்து சேரு' என்றேன்.

'ஏதேனும் தப்பாக நிகழ்ந்து விட்டதா திரு அய்ங்கார்?'

'திரு அய்ங்காரில்லை நான். திரு திரு அய்ங்கார். நான் இந்த இடத்தில் கைதியா?'

'அப்படி இல்லை.'

'என் அறைக்கதவு வெளிப்புறம் ஏன் தாளிடப்படுகிறது? திறந்து வைக்கவேண்டும். அப்புறம் இன்னும் ஐந்து நிமிஷங்களில் நான் எதற்காக இங்கே வந்திருக்கிறேன் என்பது தெரிந்தாக வேண்டும். எனக்குக் கொடுக்கப்பட்ட உணவு எனக்குச் சரிப்பட்டு வராது. இந்த ஊரில் உடுப்பி ஓட்டல் கிடையாதா?'

'உங்களுக்கு தேவையான, உங்கள் ருசிக்குத் தேவையான உணவு கொடுக்கப்படும். அதற்கு நான் ஏற்பாடு செய்துவிட்டேன்.'

'நீ இப்போது வருகிறாயா, இல்லையா?'

'நான் இப்போது உங்களிடம் வருவதற்கில்லை. இது எங்கள் நிகழ்ச்சி நிரலில் இல்லை.'

'நிகழ்ச்சி நிரலா? என்னது, ஏதாவது மகாநாடா?'

'திரு அய்ங்கார், பெண் இருக்கிறாள் இல்லையா?'

'பெண்! எந்தப் பெண்... என் எதிரே நிற்கிறாளே இவளா? ஆம்.'

'அவளுடன் இன்பமாக இருங்கள். மறுபடி சந்திக்கலாம்.' டெலிபோன் வெட்டுப்பட்டது.

'ஷிட்' என்று டெலிபோனை விட்டெறிந்தேன்.

அந்தப் பெண் அதை லாகவமாக எடுத்து சரிப்படுத்தி வைத்தாள். ஓரத்தில் போய் நின்றாள்.

'கெட் லாஸ்ட்' என்றேன்.

அவள் விழித்தாள்.

'போ, நட, வெளியேறு, வெளிச் செல், கழன்றுகொள், மறை...'

அவள் உணர்ச்சி ஏதும் காட்டாமல் அறையைவிட்டு வெளிச் சென்றாள்.

'பொம்மைகள்.'

அவள் சென்ற கதவைப் பரிசோதித்தேன். சந்தேகமில்லாமல் பூட்டி இருந்தது.

டில்லி ஜூவில் பார்த்த கொரில்லாபோல் மேலும் கீழும் நடந்தேன். அந்தப் படுக்கையில் உட்கார்ந்தேன். சுகமான படுக்கை. என் கோபம் அதன் சுகத்தை அனுபவிக்க அனுமதிக்க வில்லை. டெலிபோனை எடுத்தேன்.

'வணக்கம்.' இனிய பெண்.

'சத்யா, சத்யா என்பவருடன் பேசவேண்டும்.' சற்று தயக்கம்.

'சத்யாவுடன் தாங்கள் தற்போது பேசுவதற்கில்லை. வேறு யாரேனும்...'

'வேறு ஒருவரும் வேண்டாம்.'

'அப்படி எனில் கொஞ்சம் இசை கேட்கிறீர்களா?'

'மதுரை மணி அய்யர் இசை இருக்கிறதா?'

'பார்க்கிறேன். கம்ப்யூட்டரைக் கேட்கிறேன். ஒரு நிமிடத்தில் தெரியும் உங்களுக்கு.'

கம்ப்யூட்டரா?

ஒரு நிமிஷத்தில் டெலி ஒலித்தது. அடுத்ததில், 'மதுரை மணி அய்யர்... உங்கள் படுக்கை அருகில் இருக்கும் மஞ்சள் குமிழைத் தட்டினால் அறை முழுவதும் ஒலிக்கும்.'

மஞ்சளைத் தட்டினேன்.

அறையில் மெலிதாக 'ஸரஸ ஸாமதான' ஒலித்தது. காபி நாராயணி, அவரேதான். அவ்வளவு துல்லியமாக அழகாகப் பதிவு செய்யப்பட்ட இசை. அந்த மேதையின் அழுத்தமான குரல். சாகித்தியத்தைப் பற்றிக் கவலைப்படாத மழுப்பல்கள். இஷ்டத்துக்கு இழுக்கும் சுதந்தரம். சுர ஜதிகள்.

சற்று நேரம் என் நிலையை மறந்துவிட்டேன். இங்கே கேட்பது கிடைக்கும் என்கிற புதிய ஆச்சரியம் எனக்குப் புலனாயிற்று.

என் எதிரே இருந்த டெலிவிஷன் திரையைப் பார்த்தேன். சிறிய பத்தொன்பது இன்ச் திரை. அதன் குமிழைத் தட்டினேன். மணி அய்யர் நின்றுபோனார். அந்தத் திரையில் கோடுகள் ஓடி ஒரு மனித வடிவமாகி நன்றாகத் தலைவாரிக்கொண்டு சிரித்தான். 'வணக்கம்' என்றான்.

'வணக்கம்! சொல்லு' என்றேன்.

'சொர்க்கத் தீவுக்கு உங்களை வரவேற்கிறோம்' என்றான்.

'வரவேர்' என்றேன்.

'இந்தத் தீவைப் பற்றிய அறிமுக நிகழ்ச்சி இது. முன்பே பதிவு செய்யப்பட்ட இந்த நிகழ்ச்சியின் நீளம் பத்து நிமிடங்கள் பத்து வினாடிகள்...' அவன் கரைந்துபோய் துடிப்பான இசையின் பின்னணியில் வானத்திலிருந்து தீவின் காட்சி தெரிந்தது.

'இந்தியப் பெருங்கடல்...' கடல் அலைகள் பாறைமேல் மோதி நுரைப் பூக்களாக வெடித்தன. 'இந்தத் தீவு ஒரு நாடல்ல. ஒரு நகரம்...' பளீர் பளீர் என்று உயர உயரக் கட்டடங்கள் ஒன்றுடன் ஒன்று தொடர்ந்தன. 'இந்த நகரத்தில் மூன்று லட்சத்து இருபத்து எட்டாயிரத்து முன்னூற்று இரண்டு பேர் இருக்கிறார்கள்...' திரையில் இந்த எண்ணிக்கை எண்களாகத் தெரிந்தது. 'இவர்களில் சரிபாதி ஆண்கள். மறுபாதி பெண்கள்...' எண்கள் பாதியாகி வெட்டிக்கொண்டன. 'இன்று மூன்று பேர் இறக்கப் போகிறார்கள். மூன்று பேர் பிறக்கப் போகிறார்கள்.'

'என்னது!' என்று அதிர்ந்தேன்.

'இந்தத் தீவில் எல்லாரும் ஒரு குடும்பத்தைப்போல் வாழ்கிறார் கள்.' தீவின் வருஷ மழையளவு, தீவின் விவசாய உற்பத்தி, தொழில் உற்பத்தி, பள்ளிகளின் எண்ணிக்கை போன்ற விவரங் கள் தரப்பட்டன.

'ஷட் அப்' என்று அணைத்தேன்.

'இதமு மாட்ட லெந்தோ...' என்றார் ம.ம. சொர்க்கத்திலிருந்து குரல்.

வேறு ஏதும் செய்யாமல் முழுவதும் கேட்டேன். பாத்ரூமுக்குச் சென்று சுகமாகக் குளித்தேன். கண்ணாடியில் என் உருவத்திடம், 'அய்ங்கார், இந்த இடத்தில் எல்லாம் கிடைக்கும் என்று தோன்றுகிறது. 'அதோ இருக்கிறது ஃபாரம், அதை நிரப்பு, நிரப்பு' என்று என்னுள் இருக்கும் சைத்தான் சொல்கிறது. ஆனால் என் உள்ளுணர்வு எச்சரிக்கிறது. அந்த டெலிபோன் தந்த எச்சரிக்கையின் அர்த்தம் என்ன? நீ இங்கு கொண்டுவரப் பட்டதன் அர்த்தம் என்ன? இதெல்லாம் தெரியாதவரை, நீ இந்த ஏர்கண்டிஷன் சிறைக்குள் அடைப்பட்டிருக்கும்வரை அவர்கள் சுருதியில்தான் பாடவேண்டும். அவர்கள் சொல்லட்டும் முதலில். அவர்களுக்கு நீ தேவைப்படுகிறாய். அதுமட்டும்தான் இப்போது வெளிப்படை. எதற்குத் தேவை? சொல்வார்கள். காத்திரு.'

துண்டுடன் நடந்து டெலிபோன் செய்தேன். 'பாலமுரளி... வயலினில் எம்.எஸ். கோபாலகிருஷ்ணன் இருக்கிறதா பார்.'

'ஒரு நிமிஷம்' என்றாள்.

எப்போது தூங்கிப் போனேன்? (கனவில் ஃபாரங்களை நிரப்பினேன்.) கண்விழிக்க வைத்தது மறுபடி டெலிபோன்.

'இன்னும் முப்பத்து எட்டு நிமிஷங்களில் சத்யா உங்களைச் சந்திப்பார். இப்போது நேரம் 4.22' என்றது.

'எனக்குப் பசிக்கிறது' என்றேன்.

'சரி' என்றது டெலிபோன்.

சொல்லி வைத்ததுபோல் அந்தப் பெண் ஒரு சிறிய கைவண்டி போல் தள்ளிக்கொண்டு வந்தாள். அதில் பளபளத்த வெள்ளித் தட்டுகளில் புதிதாகப் பிறந்த இட்லிகள் ஆவி பறந்தன. சாம்பார், சட்னி, நெய் விழுது, புதினாபோல் ஒரு துவையல், காப்பி, ஒரு சுத்தமான கர்ச்சிப், சில வெள்ளி ஆயுதங்கள்.

'நீ வாழ்க, அந்த கத்தி கபடா எல்லாம் எனக்கு உதவாது. பழைய விரல்களே போதும்.' அடுத்த சில நிமிஷங்களில் நான் மௌனமாகச் சாப்பிட்டேன். இட்லி பூவாக இருந்தது. சட்னியில் காரம் சரியாக இருந்தது. அங்கங்கே ஒன்றிரண்டு பருப்புகள் சுவாரசியமாக நிரடின. சாம்பார் டிவைன்!

'இப்போது பேசு! என் அடிமைப் பெண்ணே!' என்றேன். அவள் நிதானமாக அந்தத் தட்டுகளை அகற்றினாள்.

நான் காப்பி சூப்பினேன். 'நிறைய இருக்கிறது காப்பி. நீயும் சாப்பிடுகிறாயா?'

'வேண்டாம், நான் சாப்பிடக்கூடாது' என்றாள்.

அசோகாவை மென்றுகொண்டு, 'வா என் அருகில் உட்கார்' என்று என் பக்கத்தில் தட்டினேன்.

வந்து என் அருகில் உட்கார்ந்தாள்.

'மல்லாந்துகொள்' என்றேன்.

'மல்லாந்து என்றால் என்ன?' என்றாள்.

'படு, படுத்துக்கொள்.'

அவள் அவ்வாறே செய்தாள்.

'கைகளைப் பரப்பிக்கொள்' என்றேன்.

அவள் அவ்வாறே செய்தாள்.

'தீர்க்கமாக மூச்சுவிடு' என்றேன்.

'அய்ங்கார்!' என் பழைய சின்னக்குரல் நண்பன். 'ஷட் அப்' என்றேன்.

'இது என்ன ஷர்ட்? காட்டனா, டெரிலினா' என்று அலமாரிக்குச் சென்று அதன் கதவைத் திறந்து அதனுள் வலை வலையாக நீல நிறத்தில் ஒரு சட்டையை எடுத்து மல்லாந்திருந்த அவள் மேல் எறிந்தேன்.

'அதை அணிந்துகொள்' என்றேன்.

அவள் மிகவும் விசுவாசத்துடன் அவள் மார்பின் பட்டன்களைக் கழற்றுகையில் அவள் உள்ளே எதுவும் அணியவில்லை என்பது தெரிந்தது.

'விமன்ஸ் லிப் ஆசாமியா நீ?'

'ம்?'

'புரியாது. உனக்கு சின்ன வயதிலிருந்தே இந்த இடத்தில் மச்சம் உண்டா?'

'ஞாபகமில்லை' என்றாள்.

திறந்தது. நான் விருட்டென்று எழுந்தேன். பெரி நுழைந்தான். நீங்கள் தயாரா? சத்யாவைச் சந்திக்கச் செல்லலாமா?'

'இதோ நான் ஷர்ட் அணிந்துகொள்ள வேண்டும். அவ்வளவு தான்' என்றேன் வெட்கத்துடன்.

பெரி உணர்ச்சி எதுவும் தெரிவிக்காமல் எனக்காகக் காத்திருந் தான்.

முடிவில்லாத காரிடார்போல இருந்த இடத்தைக் கடந்து வேறொரு லிஃப்ட்டில் இறங்கினோம். லிஃப்ட்டுக்குச் செல்லும் போது முகப்புக்கு முகப்பு வித்தியாசமே இல்லாத பல பல அறைகளைக் கடந்து சென்றோம். அந்த அறைகள் எல்லாம் மூடி இருந்தன. அவற்றில் எவ்வித ஆச்சரியங்கள் பொதிந்திருக்கும் என்பதை யோசித்துப் பார்த்துக்கொண்டே நடந்தேன்.

மறுபடி ஒரு லிஃப்ட்டுக்கு வந்து மிக வேகமாக மேலே ஏறினோம். பெரி பேசவே இல்லை. மறுபடி காரிடார். மறுபடி முகமில்லாத அறைகள். கடைசிப் பகுதியில் ஒரு அறை 2080 என்று எண் காட்டியது. அதனருகில் நாங்கள் நின்றோம்.

நின்றதும் கதவு திறந்துகொண்டது.

'உள்ளே செல்லுங்கள்' என்றான் பெரி.

'நீ?'

'இப்போது இல்லை.'

நான் மட்டும் நுழைய, கதவு மூடிக்கொண்டது. கண்ணாடித் தடுப்புகளால் ஆன ஒரு பெரிய சுத்தமான அறையின் முன்பகுதி யில் இருந்தேன் நான். செங்கல் சிவப்பில் தரை முழுவதும் அடர்ந்த கார்ப்பெட். எதிரே சூரிய வெளிச்சம், வெளிர் நீலக் கண்ணாடியால் ஆன பிரும்மாண்டமான ஜன்னல்களின் வழி யாக, சக்தியற்று, வெளிச்சம் மட்டும் தந்து கொண்டிருந்தது. உள் அறையின் பகுதிகள் தெரிந்தன. இடப் பக்கத்தில் புத்தகங்களால் ஆன சுவர். எத்தனை புத்தகங்கள், தரைமட்டத்திலிருந்து விட்டம் வரை! அருகே ஒரு அலுமினிய ஏணி. புதிய மலர்கள். வினோத வாசனை.

ஒருவரும் இல்லை. நிசப்தமாக இருந்தது. ஒரு சின்ன பொம்மை யின் வாயில் வளைவாக ஜலம் வந்துகொண்டு சுற்றிலும் உள்ள வளைய வளையத் தொட்டியை நிரப்பிக்கொண்டிருந்தது.

'வாங்கோ.'

சுற்றுமுற்றும் பார்த்தேன். ம்ஹூம்.

'இங்கே வாங்கோ. நேரா நடங்கோ.'

5

சப்தம் வந்த திசை நோக்கி நடந்தேன். 'வாங்கோ' என்று சொன்ன குரல் வேண்டுமென்றே அமைத்துக் கொண்ட பிராமணக் குரல்... அந்தப் பெரிய அறையின் முடிவில் அவர் உட்கார்ந்திருந்தார். இரண்டு கைகளையும் அகல விரித்துக்கொண்டு - பெச்சுவானாலாண்ட் ஜனாதிபதியை நம் ஜனாதிபதி பாலம் விமான நிலையத்தில் வரவேற்பாரே அதுபோல - என்னிடம் வந்தார்.

அவர் அந்த பிரம்மாண்டமான அறையில் சின்னவராகக் காணப்பட்டார். அவர் முகத்தை நான் விமான நிலையத்திலிருந்து வருகையில் அந்தப் பெரிய போஸ்டரில் பார்த்தது நினைவுக்கு வந்தது. அருகே பார்க்கையில் அவர் வயது சுலபமாக நிர்ணயிக்க முடியாதபடி, 30-லிருந்து 55 வரை, எதைச் சொன்னாலும் நம்பி இருப்பேன். சினிமாஸ்கோப் நெற்றி, கவலை ரேகை, நரை ஒன்றுகூடக் கிடையாது. சுத்தமான பளபளக்கும் சருமம். சுத்தமான பற்கள், மெலிய உதடுகள். நான் குலுக்கின அவர் கை ஒரு பெண்ணின் கைபோல மிருதுவாக இருந்தது. எல்லோரையும்போல் நீலத்தில்

அணிந்திருந்தார். அந்த உடையின் மார்பில் இரண்டு வட்டங்களுக்கு நடுவில் ஒரு சிவப்புப் புள்ளியும் கூட இருந்தது.

'உங்களைச் சந்திப்பதில் எனக்கு மிகவும் மகிழ்ச்சி...'

'நீங்கள்தான் சத்யா?'

'ஆம், மிஸ்டர் அய்ங்கார் (முதல் தடவையாக மிஸ்டர்). எல்லாம் சௌகரியமாக இருந்ததா?'

'கொஞ்சம் அதிகமாகவே சௌகரியம்.'

'அந்தப் பெண் உங்களுக்குப் பிடித்திருந்தாளா?'

'சே' என்றேன்.

அவர் புன்சிரித்தார். 'உட்காருங்கள்.'

அழகான இரட்டை நாற்காலியில் நுரை மெத்தையின்மேல் உட்கார்ந்தோம். அவர் கண்கள் என்னைக் கூர்ந்து நோக்கின. துல்லியமான கறுப்புக் கண்கள்.

'உங்களைப் பலாத்காரமாகக் கொண்டுவந்ததற்கு ஆயிரம் மன்னிப்புகள் வேண்டுகிறேன். உங்களை எதற்குக் கொண்டு வந்திருக்கிறோம் என்று ஒருவரும் உங்களுக்குத் தெரிவிக்கவில்லையா?'

'இல்லை. எதற்காக?'

'மிஸ்டர் அய்ங்கார்! எங்களிடம் ஒரு 2080 கம்ப்யூட்டர் இருக்கிறது. அது கொஞ்சம் தொந்தரவு தருகிறது. நீங்கள் அதைச் சரிப்படுத்தவேண்டும்.'

என்னுள் சந்தோஷம் பிறந்தது. இவ்வளவுதானா?

'என்ன தொந்தரவு?'

'சில வேளைகளில் மட்டும் சிறிய சிறிய தப்புகள் செய்கிறது.'

'எதற்கு உபயோகப்படுத்துகிறீர்கள் அதை?'

'இந்தத் தீவில் அத்தனை இயக்கங்களையும் நிர்ணயம் செய்வது இந்த கம்ப்யூட்டர்தான்.'

‘அதன் ஞாபக அளவு எவ்வளவு சொல்ல முடியுமா? மெமரி கபாசிட்டி?’

‘எல்லா விவரங்களும் உங்களுக்குத் தரப்படும்.’

‘2080 ஏ சீரிஸா?’

‘ஆம், டிஜிட்டல் எக்விப்மெண்ட் கார்ப்பரேஷனிடமிருந்து வாங்கினோம். கேரண்ட்டி தீர்ந்துவிட்டது. அமெரிக்காவிலிருந்து ஒரு ஆளை அழைத்து வருவதாக இருந்தோம். அப்போதுதான் உங்களைப் பற்றி ஞாபகம் வந்தது.’

‘யார் சொன்னார்கள்? என்னைப் பற்றி எப்படித் தெரியும்?’

‘கான்வே என்பவர் அதை அமைக்க வந்திருந்தபோது சொன்னார். அதில் பழுது ஏற்பட்டால் இந்தியாவில் சென்னையில் சீனிவாஸ் அய்ங்கார் என்று ஒருத்தர் இருக்கிறார். உடனே கவனிக்க வேண்டும் என்றால் அவரிடம் காட்டலாம் என்று.’

‘எனக்குக் கடிதம் எழுதிக் கேட்டிருக்கலாமே! இப்படி முனிசிபாலிட்டி நாய் பிடிப்பதுபோல் பிடித்து அடைத்துக் கொண்டு வந்திருக்க வேண்டாமே!’

‘இன்னும் உங்களுக்கு அதில் கோபம் இருக்கிறது. நியாயம்தான்! இருந்தும் அதில் சில சிக்கல்கள் இருக்கின்றன. இந்தத் தீவு ஒரு நாடல்ல. இது ஒரு சொந்த நிலம். என் சொந்த நிலம். இதைப் பற்றி உங்களில் பெரும்பாலோருக்குத் தெரியாது. உங்களுக்கு எழுதி, டில்லிக்கு எழுதி, அனுமதி கேட்டு, பதில் வந்து... மிகவும் தாமதமாகிவிடும்... பொய் சொல்லவேண்டியிருக்கும்... நீங்கள் பிறகு புரிந்துகொள்வீர்கள்...’

‘இந்த கம்ப்யூட்டரை சரிபண்ணிவிட்டால் நான் வீட்டுக்குப் போகலாம்?’

‘தாராளமாக.’

‘வென் டூ ஐ ஸ்டார்ட்?’

‘இன்னும் அரைமணியில், உங்களுக்கு விருப்பமிருந்தால்... இல்லையெனில் நாளைக் காலை.’

‘இப்போதே ஆரம்பிக்கிறேனே!’

'இப்போது முடியாது. வகுப்பு நடந்துகொண்டிருக்கிறது. உட்காருங்கள். ஏன் எழுந்துவிட்டீர்கள்?'

நான் உட்கார்ந்து மௌனமாக யோசித்தேன். 2080 எனக்கு மிகவும் பழக்கப்பட்ட கம்ப்யூட்டர். நான் சென்னையில் பராமரிப்பது அதுவே! மூன்று நாள் செவ்வாய், புதன், வியாழன். ஊருக்குப் போய்விடலாம்.

'உங்களை நான் சில கேள்விகள் கேட்கலாமா?' என்றேன்.

'கேளுங்கள்.'

'நீங்கள் இந்த ஊர் ராஜாவா?'

'இந்த ஊர் ராஜா 2080!'

'நீங்கள்?'

'இந்தத் தீவின் சொந்தக்காரன். இந்தத் தீவு ஒரு நாடல்ல, சொந்த நிலம். எங்கள் டெலிவிஷனில் இந்தத் தீவைப் பற்றி ஒரு அறிமுக நிகழ்ச்சி வீடியோ டேப் போட்டு அமைத்திருந்தோம். துரதிருஷ்டவசமாக நீங்கள் அதை ஆரம்பத்திலேயே அணைத்து விட்டீர்கள்... உங்களுக்கு மதுரை மணி அய்யர் பிடிக்கும் போலிருக்கிறது!'

'ஆமாம். இதெல்லாம் உங்களுக்கு எப்படித் தெரியும்?'

அவர் முறுவலுடன் மெதுவாக நடந்து சுவரில் ஒரு உயர்தர தேக்கு மரக்கதவைத் தள்ளித் திறந்தார். புத்தகங்களின் நடுவில் ஒரு டெலிவிஷன் திரை தெரிந்தது. அதன் பட்டனைத் தட்டினார்.

'இதுதான் சாப்பாடா?'

'உணவு' என்றாள்.

நான் அதை மூக்கருகே கொண்டுசென்றேன்.

'மாமிசமா?'

அவள் புரியாமல் பார்த்தாள்.

'ஆடு தெரியுமா, ஆடு.'

தலையை ஆட்டினாள்.

'அதை வெட்டு! கொல்லு' என்று மானசீகமாக ஒரு ஆட்டைக் காவு வாங்கினேன்.

அவள் புரிந்துகொண்டு, 'ஊனா! ஊனில்லை!' என்றாள்.

'ஊன் சரியான லூன்' என்றேன்.

'மை காட்! ஐ வாஸ் ஆன் டெலிவிஷன்!'

'பிற்பகுதிகள் சுவாரசியமாக இருக்கின்றன!'

நான் அந்தப் பெண்ணை மல்லாந்துகொள்ளச் சொன்னதையும், கைகளை விரித்துக்கொள்ளச் சொன்னதையும் எண்ணி, 'வேண்டாம்! நான் ஒரு தடவை பார்த்தாகிவிட்டது' என்றேன். 'இந்தத் தீவில் அந்தரங்கமே கிடையாதா?'

'சில அறைகளில் கிடையாது.'

'உங்களுக்கெல்லாம் வெட்கம் கிடையாது என்று தோன்றுகிறது. பாத்ரூமில் சாவி ஓட்டை வழியாகப் பார்ப்பதைவிடக் கேவலம் இது. அந்தரங்கமும் தனிமையும் ஒரு மனிதனின் ஆதார சுதந்தரம்!' என் உடல் குன்றியது. நிகழ்ந்தபோதெல்லாம் இந்த ஆசாமி திரையில் அதைப் பார்த்துக்கொண்டிருந்திருக்கிறான்! பதிவு செய்துவைத்திருக்கிறான்! ச்சே!

'மிஸ்டர் அய்ங்கார்! வெட்கம், கேவலம் என்பதெல்லாம் உங்கள் வார்த்தைகள். இந்தத் தீவில் அந்த வார்த்தைகளே கிடையாது. இந்தத் தீவைப் பற்றி உங்களுக்கு ஆர்வம் இல்லை. இதன் சமூக அமைப்பைப் பற்றி உங்களுக்கு ஆர்வம் இல்லை. இதைப் பற்றி நீங்கள் சரியாகத் தெரிந்துகொண்டீர்கள் என்றால் இதில் எல்லாம் ஒன்றுமே இல்லை என்பது புரியும் உங்களுக்கு. வெட்கம் என்பது சிறு வயதில் இருந்து உங்களுக்கு போதிக்கப்பட்ட உணர்ச்சி. அது ஒன்றும் ஆதாரமான உணர்ச்சி இல்லை. சமோவா, நியூ கினி தீவுகளின் பழங்குடி மக்களைப்போல் இது சிறு வயதிலிருந்தே போதிக்கப்படாவிட்டால்! பாருங்கள்...'

அவர் தன் மேசைக்குச் சென்று இண்டர்காம் சாதனத்தின் பட்டனைத் தட்டி. 'லதா! கொஞ்சம் வருகிறாயா?' என்றார்.

இடது பக்கம் இருந்த சிறிய கதவு திறந்து ஒரு பெண் உள்ளே வந்தாள். சத்யாவை நோக்கிப் பணிந்தாள். பேசாமல் நின்றாள்.

அந்தப் பெண்ணுக்குப் பத்தொன்பது வயதிருக்கலாம். பிரத்தி யேகமான உடல். குழந்தைத்தனம் மாறாத முகம்.

'மீட் லதா.'

'லதா! அது அய்ங்கார்.'

நான் அவள் கண்களைச் சந்தித்தபோது அதில் ஒரு சினேகிதம் இல்லாத தன்மை தெரிந்தது.

'பாருங்கள் அவளை! இளமையான முகம். இளமையான உடல், இவள் ஒரு குழந்தை. இவளுக்கு தமிழில் வெட்கம் என்கிற வார்த்தை கற்றுக்கொடுக்கப்படவில்லை. லதா! சத்யா சொல்வதைச் செய்வாயா?' லதா தலையசைத்தாள்.

'லதா! உன் பட்டையை எடுத்துவிடு...'

லதா தன் இடுப்பில் அணிந்திருந்த பெல்ட் போன்ற சமா சாரத்தைக் கழற்றினாள்.

'லதா, உன் உடை! அது வேண்டாம்!'

லதா தன் கழுத்தின் கீழிருந்து தொடங்கி, தன் ஜிப்பை சரேல் என்று திறந்து உடையை உதிர்த்து அதைத் தாண்டிவிட்டு நின்றாள்!

ஒரு பெண்ணின் இளம் உடலை...

லதா தன் பெல்ட்டை மறுபடி அணிந்துகொண்டாள்.

'ஐ லைக் ஹர் பெட்டர் திஸ் வே' என்றேன்.

'எங்கே உங்கள் வெட்கம்?' என்றார் சத்யா.

'எனக்கு வெட்கமாகத்தான் இருந்தது. நீங்கள் பெண்களை உபயோகிக்கிறீர்கள். பெண்கள் யாவரும் உணர்ச்சியற்ற பொம்மைகள்போல் இருக்கிறார்கள்... அந்தப் பெண்ணின் உடலில் ஒருவிதமான தயக்கமோ, கண்களில் ஒருவிதமான உணர்ச்சியோ தெரியவில்லை எனக்கு! இந்தப் பெண்ணின் அப்பன் இதைப் பார்த்தால், அம்மா இதைக் கேட்டால், எப்படி துடித்துப் போவார்கள்!'

'அப்பா, அம்மா என்பதெல்லாம் இங்கே கெட்ட வார்த்தைகள்!'

நான் அதிர்ந்து போனேன். 'டூ மச்! இது ஒரு பைத்தியக்காரப் பிரதேசம். என் கம்ப்யூட்டரைக் காட்டுங்கள். என் வேலையைச் செய்கிறேன். எனக்கு இதெல்லாம் பழக்கமில்லை. சொப்பனத் தில்கூட இந்தக் காட்சிகளை எல்லாம் என்னால் நினைத்துப் பார்க்க முடியாது! என் ப்ளட் பிரஷருக்கு இதெல்லாம் சரிப்பட்டு வராது. நீங்கள் சொல்வதைச் செய்கிறேன். ஆளை விடுங்கள்!'

'அவர்கள் சொல்வதைச் செய்யாதே' என்று டெலிபோன் எச்சரிக்கை என் மனத்தில் ஒலித்தது. அந்தச் செய்தி பற்றி சத்யாவுக்குத் தெரிந்திருக்குமா? தெரிந்தும் அதைப் பற்றிப் பேசவில்லையே! சிக்கலான இடம்!

'மிஸ்டர் அய்ங்கார்! நீங்கள் இந்தத் தீவில் இப்போதுவரை பார்த்தது, கேட்டது எல்லாம் அரைகுறையான விஷயங்கள். இந்தச் செய்திகளை வைத்துக்கொண்டு நீங்கள் அமைக்கும் முழு வடிவம் தப்பானது. இந்த இடத்தின் தரத்தைப் பற்றியும் வாழ்க்கை பற்றியும் முடிவுக்கு வருவதற்குமுன் இந்தத் தீவின் சமூக அமைப்பைப் பற்றி எல்லா விவரங்களையும் தெரிந்து கொள்ளவேண்டும். அந்த விவரங்களின் சாட்சியில்தான் நீங்கள் எங்களை மதிப்பிடவேண்டும். இன்றிரவு உங்களுக்கு விருப்ப மிருந்தால் என்னுடன் சாப்பிட வாருங்கள். சொல்கிறேன். உங்களுக்காக ஒரு பரதநாட்டிய நிகழ்ச்சி அமைத்திருக்கிறேன். சுத்தமான நாட்டியம். இஷ்டமிருந்தால் வாருங்கள்.'

'வரப் போவதில்லை' என்று மனத்துக்குள் நினைத்துக் கொண்டேன். 'கம்ப்யூட்டர் அறைக்கு என்னை அனுப்புங்கள். முதலில் வேலையைக் கவனிக்கிறேன்.'

'உடனே' என்றார்.

'லதா' என்றார் இண்டர்காமில்.

அந்தப் பெண் மறுபடி வந்தாள்.

'நன்றி மிஸ்டர் அய்ங்கார், மறுபடி சந்திக்கலாம்.' என் கையை மறுபடி பற்றிக் குலுக்கினார். 'உங்கள் கை வியர்த்திருக்கிறது' என்றார்.

அறையைவிட்டு வெளியே வந்ததும் நானும் அந்தப் பெண்ணும் மௌனமாக நடந்தோம். அவள் எனக்குச் சற்று முன்னே சென்றாள். லிஃப்ட்டின் வாசலில் நிற்காமல் மேலே நடந்தாள். ஒரு

கதவைத் திறந்து உள்ளே சென்றாள். நான் அவளுடன் உள்ளே நுழைந்தேன். அது ஒரு அழகான பாத்ரூம்!

'என்ன இது?' என்றேன்.

அந்த பொம்மைப் பெண் திடீரென்று உயிர் பெற்றாள்! 'மெல்லப் பேசுங்கள். இந்த இடத்தில்தான் டிவி கிடையாது. மைக்ரோ போன் கிடையாது. இன்றிரவு அந்த நிகழ்ச்சிக்கு நிச்சயம் வாருங்கள். அதன்பின் உங்களுடன் பேசவேண்டும். தனியாகப் பேச வேண்டும் நாங்கள்.'

பாத்ரூமை விட்டு வெளியே வந்ததும் அந்த லதா மறுபடி பொம்மை ஆனாள். சற்றுமுன் ஒரு உணர்ச்சியும் அவமானமும் தெரிவிக்காமல் அவள் அந்த அறைக்குள் இன்ஸ்டண்ட் காஃபி போல் திடீரென்று பிறந்தமேனியான வினோதம் ஞாபகம் வந்தது. இப்போது என்னிடம் மேலே எதுவும் பேசாமல் மௌன மாக என்னை கம்ப்யூட்டரை நோக்கி இட்டுச் செல்கிறாள். சந்தர்ப்பம் வரும்போது இவளைக் கேட்கவேண்டும், 'ஏன் பெண்ணே!' என்று.

கம்ப்யூட்டர் அறையைத் திறந்து இருவர் எனக்குக் காத்திருந்தார் கள். இருவர் உதடுகளிலும் கவனமாக ஒத்திகை பார்க்கப்பட்ட புன்முறுவல் இருந்தது. என்னைச் சந்தித்ததில் அவர்கள் ஜன்மம் சாபல்யம் அடைந்துவிட்டதுபோலக் கை குலுக்கினார்கள்.

'என் பெயர் மெய். நான் அந்த கம்ப்யூட்டரைப் பராமரிப்பவன்' என்றான் அவர்களில் மூத்தவன்.

'இவர் பெயர் பொய்யா?' என்றேன் அட்டகாசமாகச் சிரித்துவிட்டு. உடனே மௌனமானான் மெய். லதா நின்றுகொண்டிருந்தாள். 'லதா, நீ போகலாம்' என்றான் மெய். அவள் கிளம்புகையில், 'லதா' என்று மறுபடி கூப்பிட்டான். லதா அவனை நிமிர்ந்தாள்.

'இன்றிரவு வருகிறாயா?' என்றான்.

'இல்லை, இன்றிரவு விருந்தில் கலந்துகொள்ளப் போகிறேன்' என்றாள்.

'நாளை' என்றான்.

'நாளை என் முறை!' என்றான் மெய்யின் சிஷ்யன்.

'விட்டுக்கொடேன்' என்றான் மெய்.

'கம்ப்யூட்டரைப் பார்க்கலாமா?' என்றேன் நான்.

'மன்னிக்கவும்' என்றான் மெய். 'வாருங்கள்.'

மௌனமாகக் கதவுகளைத் திறந்து உள்ளே அழைத்துச் சென்றார்கள். மெய் என்பவனுக்கு நாற்பது வயதிருக்கும். வட்டத்துக்குள் வட்டத்துக்குள் புள்ளியிட்டு அவன் சட்டை யிலும் வரையப்பட்டிருந்தது. சட்டைகூட இல்லை; ஓவர்ஆல் தான். மெய்யின் கண்கள் பூனைக் கண்கள். அவன் தலைமயிர் நெற்றியை மறைத்திருந்தது. அவன் உடம்பு நல்ல ஆரோக்கிய மான வில்லாக விண் என்று இருந்தது.

'நீ ஒரு இன்ஜினியரா?' என்றேன்.

'ஆம்,'

கம்ப்யூட்டர் எனக்குக் கொஞ்சம் புதிதாக இருந்தது. சென்னை யில் இருக்கும் நான் பராமரிக்கும் மாடலின் அடுத்த மாடல் இது என்று தோன்றியது. எனக்குப் பரிச்சயமான சில யூனிட்டுகள் இருந்தன. பரிச்சயமில்லாத சில யூனிட்டுகளும் இருந்தன.

'புதிதாக ஒரு சாதனத்தைச் சேர்த்திருக்கிறோம்' என்றான்.

'இந்த கம்ப்யூட்டரை எதற்கு உபயோகப்படுத்துகிறீர்கள்?'

'இந்தத் தீவில் நடப்பதெல்லாம் இந்த கம்ப்யூட்டரிலிருந்து பிறக்கும் கட்டளைகளால்தான்.'

'உதாரணம்?'

'பாருங்களேன்.' அவன் அதனருகில் சென்று தனியாக இணைக்கப்பட்டிருந்த ப்ரிண்டரை நோக்கினான். நானும் உடன் சென்று கவனித்தேன். அது ஒரு ஹை ஸ்பீட் சாதனம். படபட வென்று வார்த்தைகளாக வெடித்துக்கொண்டிருந்தது.

'அது என்ன அடிக்கிறது இப்போது?' அவன் டைப் அடித்த காகிதத்தைக் கிழித்து எனக்குக் காட்டினான்.

அதில் தமிழ்போல்தான் இருந்தது.

'என்ன தமிழ் இது?' என்றேன்.

'ஆம்! புதுத் தமிழ்! அதை 'சுரங்கத்தில் இன்றைய நிலவரம்' என்று படிக்கவேண்டும்.'

'புதுத் தமிழா?'

'ஆம், கம்ப்யூட்டருக்காக நாங்கள் அமைத்துக்கொண்ட சுலபமான தமிழ் இது.'

'சுலபமா? தலைகால் புரியவில்லையே?'

'விதிகள் தெரிந்தால் சுலபம். மொத்தம் முப்பத்து மூன்று எழுத்துக்கள்தாம். பன்னிரண்டு உயிர் எழுத்துக்கள். இருபத்தொரு மெய் எழுத்துக்கள்.'

'இதில் என்ன பலன்?'

'இருநூற்று எழுபத்தாறு எழுத்து எங்கே? முப்பத்து மூன்று எங்கே? ஆஸ்கி கோடில் சுலபமாக அடக்கிவிட்டோம். இதைத்தான் எங்கள் பள்ளிகளிலும் இனி சொல்லிக்கொடுக்கப் போகிறோம்.'

'இங்கே எல்லாமே புதிதாகச் செய்கிறீர்கள். என் வேலை என்ன? சொல்லும்.'

'அந்த கம்ப்யூட்டரில் ஒரு தப்பு இருக்கிறது.'

'எங்கே?'

'ப்ராசஸரில் என்று நாங்கள் நினைக்கிறோம். கண்டுபிடிக்க முடியவில்லை.'

'என்ன ஆகிறது?'

'சில வேளைகளில் ப்ரொக்ராமில் தவறுகள் செய்கிறது. நாட் கணக்காக ஒழுங்காக வேலை செய்கிறது. திடீரென்று தப்பு செய்கிறது. உதாரணமாக, சென்ற வார இறுதியில் நான்கு பேர் பிறந்ததற்கு நான்கு பேர் இறந்தாக வேண்டும். ஒருவர்தான் என்று ஆணை பிறப்பித்தது. ஒருவன்தான் கொல்லப்பட்டான்.'

'என்னது?'

'ஆம், ஒருத்தனுக்குத்தான் ஆணை கொடுத்தது. பின்னால் கணக்கு பார்த்ததில்...'

‘நான் அதைச் சொல்லவில்லை ஒருத்தன்தான் கொல்லப் பட்டானா?’

‘ஆம், கொல்லப்பட்டான்.’

‘நீங்கள் இங்கே ஆட்களைக் கொல்கிறீர்களா?’

‘ஆம்! ஐம்பத்து நான்கு வயது முடிந்ததும் உடனே கொன்று விடுவோம். தெரியாதா உங்களுக்கு? சத்யா சொல்லவில்லையா?’

‘யூ மீன்... கொல்கிறீர்களா?’

‘ஆம், இதில் என்ன ஆச்சரியம்? ஜனக்கட்டுப்பாடு. சத்யாவுக்கு இதில் மிகுந்த அக்கறை!’

‘அது குற்றமில்லையா?’

‘குற்றமா? அது விதி! கம்ப்யூட்டரின் விதி! ஒவ்வொரு வருஷமும் சராசரி கணக்கிட்டு, கொல்லும் வயது சற்று மாறும்... அதற் கென்றே கம்ப்யூட்டரில் தனி ப்ரொக்ராம் இருக்கிறது.’

எனக்குச் சற்று வியர்த்தது.

‘என்ன செய்வீர்கள்? ஒரு ஆளைக் கூப்பிட்டு, ‘வா, வந்து சாவு! செத்துப்போ!’ என்பீர்களா?’

‘அதெல்லாம் இல்லை. ராத்திரி அமைதிப்படை வந்து அவனை அழைத்துப் போகும். காலை அவன் இருக்க மாட்டான். அவன் கார்டை நீக்கிவிடுவோம். வலியே தெரியாது என்று சொல்கிறார் கள். எனக்கு இன்னும் பதின்மூன்று வருஷம் இருக்கிறது...’

அய்ங்கார், இது வேறு பூமி! வேறு நாகரிகம், அல்லது வேறு அநாகரிகம், வேறு ஜனங்கள், வேறு தமிழ், வேறு பெண்கள், வேறு எச்சரிக்கைகள்!

கொல்கிறார்களாம்!

எனக்கு அதிர்ச்சி விலகவில்லை!

‘கம்ப்யூட்டரைப் பார்க்கலாமா?’

அவன் என்னிடம் எத்தனை இயல்பாக அதைச் சொல்கிறான்... சாவு என்பதற்கு இந்த இடத்தில் அர்த்தம் என்ன? எங்கே நம் பயங்கள்! எங்கே நம் தந்திகள்! அழுகைகள்! என்ன விசித்திரம்...

'மெய்! நீ சொன்னது மெய்தானா?'

'எது?'

'இப்படிக் கொல்வது பற்றி.'

'ஏன் இதைத் திரும்பத் திரும்பக் கேட்கிறீர்கள் என்று புரிய வில்லை!'

புரியவில்லையாம்....

'சரி, மேலே சொல்லு, இந்த மாதிரி தப்பு எல்லா ப்ரொக்ராம் களிலும் நிகழ்கிறதா?'

'ஆம், ப்ரொக்ராமில் தப்பு இல்லை.'

'டெஸ்ட் எக்விப்மெண்ட் இருக்கிறதா?'

'எல்லாம் இருக்கிறது?'

'டீபக்கிங் ப்ரொக்ராம்?'

'அதுவும் இருக்கிறது. அதையும் போட்டுப் பார்த்துவிட்டோம். ஒரு தப்பு இல்லை...'

நான் யோசித்தேன்.

'இதன் புஸ்தகங்கள் இருக்கின்றனவா?'

'இருக்கின்றன.'

'சரி, அவற்றை என் அறைக்கு அனுப்பிவையுங்கள். ராத்திரி பார்க்கிறேன். முதலில் ஒழுங்காகப் படிக்கவேண்டும்... நாளைக் காலை கொஞ்சம் ஆழமாகப் பார்க்கலாம்.' கொல்கிறார்களா!

'சரி, உங்கள் விருப்பம்.'

'நான் இப்போது எங்கு செல்லவேண்டும்?'

அவன் சுவரிலிருந்த கடிகாரத்தைப் பார்த்தான். 'இன்னும் ஐந்து நிமிஷத்தில் பெரி, உங்களை வந்து அழைத்துப் போவார். உட்காருங்களேன்.'

'பரவாயில்லை.' நான் அந்த கம்ப்யூட்டர் அருகே சென்றேன்... அதன் பிரிண்டர் இன்னும் வேகமாக அடித்துக்கொண்டிருந்தது.

'மெய்! இதைப் படி' என்றேன்.

'பிறப்பு ஆண் ஐந்து. நேற்று எங்கள் உடல் நிலையத்தில் பிறந்த ஆண் குழந்தையைப் பற்றிச் சொல்கிறது. அதன் எடை. அதன் எண் எல்லாம் சொல்கிறது...'

'உடல் நிலையமா?'

'அதை நீங்கள் சமயமிருந்தால் பார்க்க ஏற்பாடுகள் செய்வார்கள். அங்கேதான் இந்தத் தீவின் பிறப்புகள் நிகழ்கின்றன.'

'அதற்கு ஏதாவது மெஷின் வைத்திருக்கிறீர்களா?'

'இல்லை! இல்லை! பெண்கள்தான் பெற்றாக வேண்டும். பெற்றதும் சில தினங்களில் அவர்கள் வெளி வந்து விடுவார்கள்.'

'அந்தக் குழந்தைகள்?'

'அவை எங்கள் குழந்தைகள்.'

'மேலே பேசாதே! நான் உட்கார்ந்துகொள்கிறேன்.'

பெரி வந்து என்னை அழைத்துச் சென்றான். பேசாமலேயே சற்று தூரம் நடந்தோம்.

'இப்போது எங்கே செல்கிறோம்?'

'உங்கள் அறைக்கு.'

'சென்று?'

'அங்கே உங்களை விட்டுவிட்டு மறுபடி இரவு விருந்துக்குமுன் அழைத்துச் செல்வோம்.'

'அதுவரை?'

'அறையில் இருங்கள்.'

'முடியாது' என்றேன்.

'அறையில் இருங்கள்' என்றான்.

'நான் மாட்டேன். முடியாது.'

'ஏன்?'

'எனக்கு வெளியில் செல்லவேண்டும். நடக்கவேண்டும். வெளிக்காற்றை சுவாசிக்கவேண்டும்.'

'இரவிலா?'

'இன்னும் இரவாகவில்லை. மணி ஆறரைதான்.'

'நாளை உங்களை அழைத்துச் செல்வதற்கு ஏற்பாடு செய்திருக் கிறோம்.'

'இன்று இப்போது நான் இந்த இடத்தை விட்டு வெளியே செல்லவேண்டும்.'

'மன்னிக்கவும். அது ஆவதற்கில்லை!'

'மன்னிக்கவும். நான் அங்கே போவதற்கில்லை!'

'வெளியே நீங்கள் ஒன்றும் காண முடியாது திரு அய்ங்கார்! இந்த இடம் உங்கள் நகரங்கள் போலில்லை. இந்தத் தீவில் கடைகள் கிடையாது. சினிமா கிடையாது. கேளிக்கைகள் கிடையாது. என் சகோதரர்கள், சகோதரிகள் யாவரும் கட்டடங்களுக்குள் இருக் கிறார்கள். அங்கே டெலிவிஷன் பார்த்துக் கொண்டிருப்பார்கள்; அல்லது உடற்பயிற்சி செய்துகொண்டிருப்பார்கள். அல்லது விளையாடிக்கொண்டிருப்பார்கள். சிலர் இரவுப் பணியில் இருப்பார்கள். வெளியே ஒருவரையும் பார்க்க முடியாது. இது வேறு நகரம் திரு அய்ங்கார்.'

'சத்யாவிடம் சொல்லிவிடு, நான் இரவு விருந்துக்கு வர முடியாது என்று.'

'ஏற்பாடுகள் செய்துவிட்டோமே?'

'ஏற்பாடுகளைக் கொளுத்துங்கள்! நான் வர முடியாது.'

'ஏன்?'

'ஏன்! நான் உங்களைப் பார்த்துக் கேட்கவேண்டிய கேள்வி பெரியப்பா! ஏன் உங்கள் பெண்களிடம் பெண்மை இல்லை? ஏன் உங்கள் ஜனங்கள் எல்லோரும் ஒரேமாதிரி கீ கொடுக்கப்பட்ட பொம்மைகள் போல் இருக்கிறார்கள். ஏன் நீங்கள் கொல்கிறீர்கள்?'

'திரு அய்ங்கார், இந்தக் கேள்விகளை இந்தத் தீவில் எவரும் கேட்க மாட்டார்கள்!'

'ஏன்?'

'கேட்கத் தெரியாது அவர்களுக்கு!'

'எனக்குக் கேட்கத் தெரியும்! நான் கேட்கிறேன். பதில் சொல்.'

'பதில் சத்யா சொல்வார். விருந்துக்கு வாருங்கள்.'

'சத்யா! இங்கே பிரிவதற்குக்கூட சத்யாவின் அனுமதி வேண்டுமா?'

'சத்யா நல்லவர்.'

'நல்லவர் என்றால் என்ன அர்த்தம், உங்கள் புதுத்தமிழில்?'

'இதோ உங்கள் அறை.' அறையைத் திறந்துவைத்திருந்தான்.

'வெளியே பூட்ட வேண்டிய அவசியம் இல்லை. எனக்கு இந்த இடத்தைவிட்டு வெளியே போக வழி தெரியாது.'

'மறுபடியும் விருந்தில் சந்திக்கலாம்' என்றான்.

'நான் விருந்துக்கு வரவில்லை.'

'நீங்கள் வருகிறீர்கள்.'

நான் கதவை மூடியதும் உள்ளே அந்தப் பெண் நின்றிருப்பதைக் கவனித்தேன். வேறு ஒரு பெண்.

'வாம்மா! நைட் ட்யூட்டியா உனக்கு?'

புரியாது.

'பெண்ணே உன் பெயர் என்ன?'

அவள் சிரித்தாள்.

'உன் பெயர் சிரியா? சரி, உன் வயதென்ன?'

அவள் கைவிரல்களில் மெதுவாக ஏதோ எண்ணி 'இருபது' என்றாள்.

'இன்னும் முப்பத்து நான்கு வருஷம் இருக்கிறது உனக்குச் செத்துப் போவதற்கு' என்றேன்.

அவள் விழித்தாள்.

'செத்துப் போவது என்றால் என்ன தெரியுமா உனக்கு?'

அவள் தலையை ஆட்டினாள். தெரியாது.

'உன் அப்பா, அம்மா எல்லாம் எங்கே இருக்கிறார்கள்?'

'அப்பா?' என்றாள். முதல் தடவையாக அந்த வார்த்தையை உச்சரிப்பதுபோல்.

'அம்மா...ம்ம்ம்...மா' என்றேன்.

அதைத் திருப்பிச் சொல்வது நான் கொடுத்த கட்டளை போல் 'ம்மா' என்றாள்.

'தெரியாது?'

தெரியாது. தலை ஆட்டினாள் புன்சிரிப்புடன்.

6

நான் விருந்துக்குப் போன காரணம், விருந்துக்குப் பின்னே நான் எதிர்பார்த்த - அந்த பாத்ரூம் லதா சொன்ன சந்திப்புக்காக. இந்தத் தீவின் அமைப்பைப் பற்றி நீங்கள் எவ்வளவு குழப்பத்தில் இருக்கிறீர்களோ, அவ்வளவு நானும் இருந்தேன். அந்த ஆசாமி கம்ப்யூட்டர் அறையில் மிகச் சாதாரணமாக, 'இன்று சனிக்கிழமை' என்பது போல், 'நாங்கள் கொல்கிறோம்' என்று சொன்னதன் அதிர்ச்சி எனக்குத் தீரவில்லை. ஒரு வளையில் மாட்டிக் கொண்ட உணர்ச்சி எனக்கு ஏற்பட்டது. அழகான வளை. ஆனால் வளை.

சரியாக ஏழு முப்பதுக்கு அவர்கள் என்னை அழைத்துப்போக வந்தார்கள். கீழே இறங்கி ஒரு காரில் என்னை உட்கார வைத்தார்கள். கடற்கரையை நோக்கிச் சென்றோம். தெருக்கள் அமைதியாக இருந்தன. ஏதோ ஒரு கட்டடத்திலிருந்து கை தட்டும் ஒலி கேட்டது. அந்த ஒலி ஒரு ஸ்விட்ச் போட்டாற்போல் உடனே கிளம்பி ஸ்விட்ச் அணைந்தாற்போல் அணைந்தது. தட்டச் சொல்லித் தட்டப்படும் ஒலி அல்லது இயந்திர மனிதர்களின் ஸின்தெட்டிக் ஒலி.

ஏறக்குறைய சமுத்திரக்கரை வரை துருத்திக்கொண்டிருந்த கண்ணாடிக் கட்டடத்தினுள் நுழைந்தோம். நடுவே நீண்ட மேசையில் பளபளக்கும் தட்டுக்களும் பீங்கான் சாதனங்களும், கத்தி, முள்கரண்டி, வெள்ளி, திராட்சைக்கொத்துக்கள், மலர்கள். உயர முதுகு நாற்காலிகள் எங்களுக்காக மிலிட்டரி சோல்ஜர்கள் போல் வரிசையாக, காலியாகக் காத்திருக்க, மேலே ஜிலுஜிலுவென்று ஒரு ஷாண்டலியர் தொங்கியது. சிவப்புக் கம்பளம் என் கால்களை முத்தமிட்டது.

அவர்கள் பத்து பதினைந்து பேர்தான் இருந்தார்கள். சத்யாவைச் சூழ்ந்திருந்தார்கள். என்னைப் பார்த்தும் அவர்கள் விலகிக் கொள்ள, சத்யா இடது கையில் ஒரு கண்ணாடிக் கோப்பையுடன் என்னிடம் வந்து, என் கையைக் குலுக்கி அழைத்துச் செல்ல, நாங்கள் உட்காரக் காத்திருந்து, அவர்கள் உட்கார்ந்து கொண்டார் கள். எனக்குக் கொடுக்கப்பட்ட மைய நாற்காலியிலிருந்து நான் இடது வலது பக்கம் பார்த்தேன். அதோ அந்த ஓரத்தில் உட்கார்ந் திருக்கிறாளே... லதா! அவள் என்னைப் பார்க்கவில்லை.

'இந்த இடம் எப்படி இருக்கிறது?' என்றார் சத்யா.

'அழகான இடம்' என்றேன். கண்ணாடிக்கு வெளியே மெலிதான சமுத்திர ஒலி கேட்டது. சுற்றிலும் என்னுடன் சாப்பிடப் போகும் அந்த பொம்மைகளைப் பார்த்தேன். அவர்கள் எல்லாரும் ஒரே மாதிரி உடுத்தியிருந்தார்கள். அவர்கள் எல்லார் மார்பிலும் வட்டத்துள் வட்டம் பொறிக்கப்பட்டிருந்தது.

'இந்த வட்டத்துள் வட்டத்துக்கு என்ன அர்த்தம்?' என்றேன்.

'இவர்கள் இந்தத் தீவின் பல பிரிவுகளின் மேலதிகாரிகள். உள் வட்டத்தைச் சேர்ந்தவர்கள். மொத்தம் பதினாறு பேர் இருந்தார் கள். நேற்று ஒருத்தர் இறந்துவிட்டார். பதினைந்து!'

'நாங்கள் கொல்கிறோம்' என்பது எதிரொலித்தது என்னுள்... கேட்கலாம். சமயம் வரும்போது.

'நீங்கள்தான் மையமா?' என்றேன், சத்யாவின் சட்டையைப் பார்த்து. வட்டத்துள் வட்டத்துள் புள்ளி.

'ஆம்.'

'மன்னிக்கவும் நான் குடிப்பதில்லை' என்று எனக்குக் கொண்டு வரப்பட்ட மஞ்சள் திரவத்தை நிராகரித்தேன்.

சொர்க்கத் தீவு / 79

‘இது மது இல்லை. சாப்பிட்டுப் பாருங்கள்.’

அதைக் கையில் வாங்கிக்கொண்டேன். நான் அதைச் சப்பு வதைப் பார்த்து (பைன் ஆப்பிள்) மற்றவர்களும் தத்தம் கோப்பை களைச் சப்பினார்கள்.

‘சைனிஸ் எம்பஸியில் அஃபிஷியல் டின்னர்போல் இருக்கிறது’ என்றேன்.

‘அப்படி இல்லை. இவர்கள் எல்லாரும் சுலபமாகப் பழகுவார் கள். நண்பர்களே!’ உடனே மௌனம். ‘இன்று நம்மிடையே திரு அய்ங்கார் இருப்பதில் உங்களுக்கெல்லாம் மகிழ்ச்சி அல்லவா?’

பதினைந்து ‘ஆம்’கள்.

‘திரு அய்ங்கார் யார் என்று தெரியுமா?’

‘தெரியும்.’

‘அவர் உடல் நலனுக்காக, நட்புக்காக இன்று நாம் சாப்பிடலாம். அவர் மிகவும் கெட்டிக்காரர். நாம் போற்றிப் புகழ்ந்துவரும் நண்பன் 2080-ஐ மிக எளிதில் சரிப்படுத்த வந்திருக்கிறார். அவருக்கு நாம் எல்லா உதவிகளும் தருவோம். அவரை நம் நல்விருந்தாக அழைத்துக்கொள்வோம். அணைத்துக்கொள் வோம்’ என்றார்; அணைத்தே கொண்டார்.

பலமான கைதட்டல்.

அவர்கள் நான் பேசக் காத்திருந்தார்கள்...

‘வந்தனம்’ என்றேன். ‘மிக வந்தனம்... எனக்குப் பேசத் தெரியாது. கம்ப்யூட்டரை ரிப்பேர் செய்யத் தெரியும். அதற்காக என்னை இங்கே... பிடி... அழைத்துக்கொண்டு வந்திருக்கிறீர் கள். முயற்சி செய்கிறேன். மறுபடி வந்தனம்’ என்றேன். கைத்தட்டல்.

மறுபடி, நிரப்பப்பட்ட கோப்பைகளை உதடுகளில் தொட்டுக் கொண்டோம்.

சத்யா என்னிடம் மட்டும், ‘நீங்கள் கம்ப்யூட்டர் அறையில் கேட்ட கேள்விகள் எனக்குத் தெரியவந்தன’ என்றார்.

‘சொல்லியாகிவிட்டதா?’

'உங்களுக்கு அதிர்ச்சியாக இருந்திருக்கும்.'

'எதைப் பற்றி? நீங்கள் வயதான ஆசாமிகளைக் கொல்வது பற்றித்தானே? ஆம்!'

'ஏன்?'

'ஏனா?'

'சமூகத்துக்கு உபயோகமில்லாதவர்களை அப்புறப்படுத்தி விடுவதில் தப்பு இல்லையே? பற்பசை உபயோகிக்கிறீர்களா?'

'ஆம்'

'பற்பசை முடிந்ததும் அந்த ட்யூபை என்ன செய்கிறீர்கள்?'

'இவர்கள் மனிதர்கள். டூத் பேஸ்ட் இல்லை. எந்த மனித ஜாதியிலும் இப்படி நடப்பதில்லை.'

'நாங்கள் மனித ஜாதியில்லை!'

'பின்?'

'உயர் மனித ஜாதி.'

'இந்த விஷயத்தில் நிச்சயம் இல்லை. மனிதன் நாகரிகம் அடைவதற்குமுன் முதலில் கற்றுக்கொண்ட பாடம், 'கொல்வது தப்பு' என்பதை. ஒரு மனித உயிரை மற்றவன் அழிப்பதற்கு உரிமை இல்லை என்பதை.'

'நீங்கள் பாகிஸ்தானியர்கள் ஐயாயிரம் பேரைக் கொன்றீர்களே, அது என்ன உரிமை?'

'அது போர். எதிர்காலத்தில் இன்னும் சில லட்சம் மனிதர்கள் சாவதைத் தவிர்ப்பதற்காக முன்கூட்டிச் செய்யப்பட்ட சிறிய காரியம்...'

'இதுவும் ஒருவகையான போர்தான் மிஸ்டர் அய்ங்கார். இருபத்து ஐந்து வருஷங்களாக நான் நடத்திவரும் அமைதியான யுத்தம். நூற்றுக்கணக்கான வருஷங்களாக நாம் சேர்த்து வைத்துக் கொண்டிருக்கும் சம்பிரதாயங்களையும் மூட நம்பிக்கைகளையும் தகர்த்தெறியும் போர்! வீடு, நிலம், பணம், துக்கம், அழுகை, அப்பா, அம்மா, என்னுடையது, உன்னுடையது, காதல், காமம்,

வெறி, சமூகம், ஜாதி, கதை, கட்டுரை, நிஜம், பொய்... இவை ஒன்றும் இங்கு கிடையாது!'

'இங்கு என்ன இருக்கிறது, சொல்லுங்கள்?'

'அமைதி, சந்தோஷம், ஆண், பெண், விஞ்ஞானம், இளமை... மனதில் உடலில் இளமை...'

'இவற்றை ஏன் விட்டுவைத்திருக்கிறீர்கள்?'

'இவைதான் வாழ்க்கையின் ஆதாரமான விஷயங்கள். மனிதனின் ஆதாரத் தேவைகள் என்ன? உணவு, உடை, இடம். இங்கு உணவு எல்லாருக்கும் ஒன்றே. நான் தங்கும் இடமும் சுரங்கத்தின் கடை நிலைத் தொழிலாளி தங்கும் இடமும் ஒரே மாதிரி. நான் உடுத்துவதுபோல்தான் எல்லாரும் உடுத்துகிறார்கள்.'

'இதை கம்யூனிஸ்டுகள் முயன்று பார்த்துக் கொண்டிருக்கிறார்கள்.'

'இது கம்யூனிசமில்லை, காமன்சென்ஸ். யோசித்துப் பாருங்கள். இந்த ஆதாரத் தேவைகளைத் தவிர, மற்ற யாவும் நாம் வரவழைத்துக்கொண்ட தேவைகள் இல்லையா? அவர்களுக்கு இருக்க இடம் கிடைக்கிறது. உணவு கிடைக்கிறது. உடலுக்கு உழைப்பு கிடைக்கிறது. வேறு என்ன வேண்டும்?'

'வேறு எவ்வளவோ இருக்கின்றன. தாயன்பு, கடிதங்கள், விளையாட்டு, இலக்கியம்... சினிமா எவ்வளவோ!'

'இவையெல்லாம் தேவையற்ற சக்கைகள். இவற்றுடன் என் சொர்க்கத் தீவின் மக்கள் சிறுவயதிலிருந்தே, பிறந்ததிலிருந்தே பழக்கமில்லாதவர்கள்.'

சத்யாவின் காதருகில் ஒருவன் வந்து கேட்க, சத்யா என்னிடம், 'சாப்பிடலாமா?' என்றார்.

நான் தட்டின் அடியில் இருந்த பேப்பர் கைக்குட்டையை என் மடியில்....

அந்தக் கைக்குட்டையில் சிறிய எழுத்தில் என்னவோ எழுதி யிருந்தது.

'எங்கள் தீவில் சாப்பாடு விடமின் காலரிக் கணக்குப்படி சமைப்பது. இன்று உங்களுக்காக பிரத்யேகமாக அரிசி செய்திருக் கிறோம். நாங்கள் அரிசி உண்பதில்லை.'

நான் முன்னே சாய்ந்து அந்தக் கடிதத்தை மடியில் மறைத்துக் கொண்டேன். அப்புறம் படிக்கலாம்.

அரிசி நன்றாகச் செய்திருந்தார்கள். மோர்க் குழம்புபோல் மஞ்ச ளாக இருந்தது. வெறும் பருப்புக் கரைசல். மெலிதாக உப்பு. அப்புறம் பழங்களின் கலவையாக ஏதோ ஒன்று. பாறையாகத் தயிர். வேக வைத்த காய்கறிகளில் பலவிதங்கள். பட்டையாக நீண்ட சதுரமாக சாக்லெட். ஆடை போர்த்த ஐஸ்கிரீம். புட்டிங், காப்பி... என்ன என்னவா இருந்தது. எனக்கு சாப்பாட்டில் கவனம் போகவில்லை.

லதாவைப் பார்த்தேன். வேறு கவலையே இல்லாமல் தீவிரமாக, நிதானமாகச் சாப்பிட்டுக்கொண்டிருந்தாள்.

எனக்கு இடப் பக்கத்தில் இருந்தவன் என்னவோ பெயர் சொன்னான். பயோகெமிஸ்ட்ரி அவன் தொழிலாம். அந்தக் கடிதம் என் முழுங்கால்களின் இடுக்கில் இருந்தது. அதை இடது கையால் பந்தாகச் சுருட்டிக்கொண்டேன்.

'மன்னிக்கவும், பாத்ரூம் போகவேண்டும்' என்றேன்.

'நேராகச் செல்லுங்கள்' என்றார் சத்யா.

பாத்ரூமில் ஒரு எக்ஸாஸ்ட் 'உம்' என்று முனகிக் கொண்டிருந் தது. உள் பக்கம் தாளிட்டுக்கொண்டு அவசர அவசரமாக அந்தக் கடிதத்தைப் பிரித்தேன். 'ஏதாவது காரணம் சொல்லி, தனியாக கடற்கரை ஓரமாக சிவப்பு விளக்கை நோக்கி வாருங்கள்' என்று எழுதியிருந்தது அதில்.

நான் அதைக் கிழித்துப் பந்தாக்கி ஸிங்க்கில் போட்டுத் தண்ணீர் கரைத்துவிட்டு வெளியே வந்தேன்.

சத்யா, 'ஏன், ஏதாவது வயிற்றில் கோளாறா!' என்றார்.

'அதெல்லாம் இல்லை. சத்யா! உங்களை நான் ஒன்று கேட்க வேண்டும்.'

'கேளுங்கள்.'

'ஏறக்குறைய மூன்று லட்சம் ஜனங்கள் இருக்கிறார்களே, அவர்கள் ஒவ்வொருவரையும் எப்படி உங்களால் கட்டுப்படுத்த முடிகிறது?'

'கம்ப்யூட்டர்.'

'கம்ப்யூட்டர் வெறும் ஆணைகள்தான் பிறப்பிக்கும். நான் சொன்னதைத்தான் அது செய்யும். திருட்டை எப்படித் தவிர்க்கிறீர்கள்? ஒருவருடன் ஒருவர் சண்டை போட்டுக் கொள்வதை, ஒரு பெண்ணை இரண்டு பேர் விரும்புவதை...'

'இதெல்லாம் அவர்களுக்குத் தெரியாது! சிறு வயதிலிருந்தே அவர்களுக்கு இந்தக் குற்றங்கள் தெரியாது. அவர்களுக்கு போதிக்கப்படவில்லை. உண்மை இல்லை, பொய் உரை இலாமையால்...'

'ஆனால் செக்ஸ்? அது அவர்களின் ஹார்மோன்களில், எண்டாக்ரின்களில் இருக்கிறதே!'

'அவற்றையும் நாங்கள் கட்டுப்படுத்துகிறோம். உங்களுக்கு அந்தப் பக்கம் உட்கார்ந்திருக்கிறாரே சிவா, அவர் ஒரு மேதை! எஸ்ட்ரோஜென்களைப் பற்றியும் ஸ்கோப்பாலமின் பற்றியும் சமயமிருக்கும்போது அவரைக் கேளுங்கள். எல்லாவற்றுக்கும் மருந்துகள் இருக்கின்றன மிஸ்டர் அய்ங்கார்... எங்கள் ஜனங்களுக்குக் காதல் தேவையில்லை. ஏனெனில் அவர்களுக்குச் செக்ஸ் தேவையில்லை.'

'இருந்தாலும் யாராவது ஒருத்தர், ஒருத்தராவது இந்த அமைப்புக்கு எதிர்ப்பு தெரிவிக்கவில்லையா?'

'ம்ஹூம், இல்லை. அது நிகழவே நிகழாது. கம்ப்யூட்டர் இருக்கும்வரை. அது இருந்து அவர்கள் தினசரி ட்ரீட்மெண்டின் அளவை நிர்ணயிக்கும்வரை. எல்லாருக்கும் தினசரி சிகிச்சை தருகிறோம்.'

'அப்படியா? ஆச்சரியகரமான இடம்! ட்ரீட்மெண்ட்... மை காட்! ரீஸஸ் குரங்குகளைவிட மோசம்.'

'அப்படி யாராவது எதிர்த்தால்கூட அவர்களைக் கொன்று விட்டால் போகிறது' என்றார்.

'ஓ எஸ்! ஈஸி' என்றேன்.

விருந்து முடிந்ததும் ஒரு பரதநாட்டிய நிகழ்ச்சி இருந்தது. தாற்காலிகமாக மேடை ஒன்று அமைக்கப்பட்டு, அதன்மேல்

மட்டும் ஒளி தெரிய மற்ற விளக்குகள் அணைந்துவிட டேப் பதிவு செய்த இசையில் சாருகேஸி ராகப் பதம் ஒன்று இனிமை யாகப் பாடப்பட்டு, ஒரு பெண் சம்பிரதாய பரதநாட்டிய உடை களில் வந்து திறமையாக ஆடினாள். சிரித்தாள், கொஞ்சினாள், மந்தகாஸம் புரிந்தாள், விரகத்தால் உருகினாள், கோபித்தாள்.

சத்யா, 'பரத நாட்டியம் ஒரு உண்மையான கலை! இட் இஸ் எஸன்ஷியல்லி எராடிக்' என்றார்.

'சத்யா, உங்களுக்கு ட்ரீட்மெண்ட் கிடையாதா?' என்றேன்.

'நான்தான் சொன்னேனே, என் வட்டத்தினருக்குச் சில சலுகை கள் உண்டு என்று. நாங்கள் அதற்கெல்லாம் அப்பாற்பட்டவர் கள். பரதநாட்டியத்தை இந்த உடையைவிட பிகினியில் பார்க்கவேண்டும். ஆடச் சொல்லட்டுமா?'

'வேண்டாம்!' என்றேன் அழுத்தமாக.

இந்த லதா அந்த சலுகைகளில் ஒன்று போலிருக்கிறது. அவளை எத்தனை பேர் அழைத்தார்கள்.

எல்லாம் முடிந்ததும் கட்டட வாயிலில் நானும் சத்யாவும் நின்று கொண்டிருந்தோம். உள் வட்ட அங்கத்தினர்கள் அவரவர்கள் கார்களில் ஏறிக் கொண்டு கிளம்பிவிட்டார்கள்.

'ரொம்ப வந்தனம் சத்யா, ஐ என்ஜாய்ட் இட்.'

'இவன் உங்களை அறையில் கொண்டு விட்டுவிடுவான். வரட்டுமா?'

'சத்யா ஒரு வேண்டுகோள்!'

'என்ன?'

'காலையிலிருந்து அறையிலேயே அடைந்து கிடக்கிறேன். எனக்கு சாப்பாடு ஜீரணமாக வேண்டும். சற்று நேரம் அந்த சமுத்திரக்கரை ஓரமாக நடந்துவிட்டு அறைக்குச் செல்கிறேன். அதுவரை அந்த ஆளை இருக்கச் சொல்லுங்கள். உங்களுக்கு ஏதாவது ஆட்சேபணை இருக்குமா?'

'சேச்சே. அதெல்லாம் இல்லை. தாராளமாக நடந்துவிட்டு வாருங்கள்.'

'நீங்களும் வருகிறீர்களா?'

'இல்லை, எனக்கு வேலை இருக்கிறது. இன்னொரு நாள் வரட்டுமா! சந்திப்போம் மறுபடி!'

சத்யாவின் கார் விரைந்தது.

எனக்காக காத்திருந்தவனிடம், 'இங்கேயே இரு! சற்று தூரம் நடந்துவிட்டு அரை மணியில் வருகிறேன்' என்றேன்.

அவன் சரி என்றான், உணர்ச்சி எதுவும் காட்டாமல். அவன் வெளிவட்டமாகத்தான் இருப்பான். லட்சம் மெஷின்களில் ஒருவன்!

மெதுவாகக் கடற்கரையை அடைந்தேன். லேசாக நிலா. கடற்படுகையின் வெள்ளி ஜரிகை. இரண்டு பக்கமும் பார்த்தேன். இடது பக்கத்தில் தூ.... ரத்தில் ஒரு சிவப்பு விளக்கு தெரிந்தது. அது ஆடியது... என்னைக் கூப்பிட்டது. நான் அதை நோக்கி நடந்தேன்.

7

காலகளில் சன்னமான மணல் நிரட நான் மெதுவாக அந்தச் சிவப்பு விளக்கின் மர்மத்தை நோக்கி நடந்தேன். வினோத பூமியில் இன்னும் வினோதம் தேடுகிறேன்... அதே சமயம் இப்படிச் செல்வதில் ஒருவித அபாயத்தை எனக்கு நானே ஏற்படுத்திக் கொள்கிறேன் என்பதும் என் உணர்வுக்கு எட்டியது. அதனால்தான் நான் ஒருவேளை அதை நோக்கிச் செல்கிறேன் என்பதும் தெரிந்தது.

அருகே சென்றதும் அந்த உருவம் நிலவொளியில் தெரிந்தது. தனியான ஆள் ஒருவன், 'வாருங்கள்' என்று சன்னமான குரலில் என்னை வரவேற்றான். அவன் நின்றிருந்த இடம் ஒரு மணல் மேடு. உடனே மேட்டின் சரிவுப் பக்கம் என்னை அழைத்துச் சென்றான். 'உட்கார்ந்து கொள்ளுங்கள்' என்றான். நான் சற்றுத் தள்ளி உட்கார்ந்து, 'வாட்ஸ் ஆல் திஸ்?' என்றேன்.

'உங்களுக்குக் கொடுக்கப்பட்ட கடிதத்தை நீங்கள் படித்ததை யாரும் பார்த்தார்களா?' என்றான்.

'இல்லை' என்றேன்.

‘அப்போது நீங்கள் எங்கள் கட்சி!’

‘வெயிட் எ மினிட். நான் இங்கு வந்தது ஒருவகையான ஆர்வத்தி னால். முதலில் நீ யார்?’

‘இந்தத் தீவில் ப்ரக்ஞை உள்ள பத்துப் பிரஜைகளில் நான் ஒருவன். சிகரெட் குடிக்கிறீர்களா? உள் வட்டத்து ஸ்டாக்கி லிருந்து திருடியது. அவர்கள் சிகரெட் குடிக்கலாம், சாக்லெட் சாப்பிடலாம். எங்களுக்கு சத்யாவின் பிறந்த தினத்தின்போது வருஷம் ஒரு நாள் இருபத்து ஐந்து கிராம் சாக்லெட் தருவார்கள். மிஸ்டர் அய்ங்கார், நீங்கள் வந்ததிலிருந்து எனக்கு எத்தனை மகிழ்ச்சி தெரியுமா?’

அவன் மணலில் பாய்ந்து சுத்தமாக ஒரு குட்டிக்கரணம் அடித்தான். ‘எங்களுக்கு விடிவுகாலம் வந்துவிட்டது.’

‘எனக்கு ஒன்றுமே புரியவில்லை’ என்றேன்.

‘என் பெயர் கௌதம். இந்தத் தீவில் பெயர்கள் இரண்டு வார்த்தைகளுக்கு மேல் கிடையாது. நானாக நான்கு வார்த்தை கள் அமைத்துக் கொண்டேன். கால் மீ கௌதம்.’

‘பெரிய புரட்சிதான்! வேறு என்ன செய்திருக்கிறாய்?’

‘எங்கள் கட்சிக்கு ஆள் சேர்த்துக்கொண்டிருக்கிறேன்.’

‘என்ன கட்சி?’

‘சத்யாவின் ஏகாதிபத்தியத்தை அடக்கி இந்த தீவில் மக்களுக்கு உணர்ச்சியையும் விழிப்பையும் ஏற்படுத்தச் செய்வதற்கு ஏற்படுத்தப்பட்ட கட்சி!’

‘எத்தனை பேர் இருக்கிறார்கள்?’

‘பத்து பேர் சேர்ந்திருக்கிறோம். உங்களைச் சேர்த்தால் பதினொன்று.’

‘யார் சொன்னார்கள் நான் சேர்ந்துவிட்டேன் என்று... நான் இங்கு வந்திருப்பது கம்ப்யூட்டரைப் பழுது பார்க்க. இந்தத் தீவில் மூன்றரை லட்சம் பேர் இருக்கிறார்கள். அவர்களை நீங்கள் பத்து பேர் எதிர்க்கப் போகிறீர்களா?’

'மூன்றரை லட்சம் முட்டாள்கள்! அரை மனிதர்கள்... மெஷின்கள்... தூக்கத்தில் நடக்கும் பேதைகள். பத்து பேர் முழுவதும் விழிப்படைந்தவர்கள். அதுதான் வித்தியாசம். மிஸ்டர் அய்ங்கார், நீங்கள் வெளி தேசத்தவர்... நீங்கள் பார்த்திருப்பீர்கள், சத்யா எப்படி இந்த ஊரை நடத்துகிறார் என்று. மருந்துகளின் மயக்கத்தில், இந்தக் கம்ப்யூட்டர் இயந்திர ஆணைகளில்...'

அவன் சிகரெட் பற்ற வைத்தபோது அந்த வெளிச்சத்தில் அவன் இளைஞன் என்பது தெரிந்தது. அவன் தலை கலைந்திருந்தது. கண்களில் ஆர்வம் இருந்தது. மார்பில் சட்டை அணியாமல் இருந்தான்.

'மிஸ்டர் அய்ங்கார்! இங்கே மனிதர்கள் எப்படி மதிக்கப்படுகிறார்கள் தெரியுமா? நீங்கள் முழு விவரம் கேட்டால் திடுக்கிடுவீர்கள். உலகத்தில் எங்கேயும் இம்மாதிரி நிகழ்வதில்லை. ஒவ்வொரு நாளும் காலை சுகாதாரப் பகுதியில் அவர்களுக்கு மருந்து தரப்படுகிறது. அவர்கள் தேக புஷ்டிக்கு என்று சொல்லப்படுகிறது. மருந்து அதற்கல்ல. அவர்களின் சன்னமான உணர்ச்சிகளைக் கொல்வதற்கு. அவர்களது பலாத்கார எண்ணங்களை எல்லாம் சாகடிப்பதற்கு. அவர்கள் உள்ளே ஊறும் செக்ஸ் உணர்ச்சிகளை மடிய வைப்பதற்கு. சிறு வயதிலிருந்தே பன்னிப் பன்னி போதித்த பாடங்கள் அவர்களை அடிமைகள் ஆக்குகின்றன. அவர்களுக்குத் தாய், தந்தை கிடையாது. தீவின் ஏர்கண்டிஷன் சுகாதாரப் பகுதியில் பிறந்த முதல் மாதத்திலிருந்து அவர்களுக்கு போதனை ஆரம்பமாகிறது. ஹிப்னோபீடியா என்று கேள்விப்பட்டிருப்பீர்கள். 'நீ அடிமை... பணி செய்யப் பிறந்தவன்...' என்று அவர்களுக்கு தூக்கத்திலும் விழிப்பிலும் சொல்லிக் கொடுக்கப்படும் தமிழில் ஆயிரம் வார்த்தைகளுக்குமேல் கிடையாது. அவர்களுக்கு இருபதுக்கு மேல் எண்ணத் தெரியாது. அவரவர்களுக்கு அளிக்கப்பட்ட தொழில்திறனுக்கு மேல் ஒரு வரி அவர்களுக்கு தெரியாது. 'சிரி' என்றால் சிரிப்பார்கள். 'தலைகீழாக நில்' என்றால் நிற்பார்கள்... அவர்களுக்கு பெயர் கிடையாது. எல்லாரும் எண்கள். கம்ப்யூட்டரின் நினைவில் ஒரு கார்டு... புஷ்டியாக, ஊட்டமாக வளர்க்கப்பட்ட ஆடுகள்... ஆடுகள்கூடப் பரவாயில்லை. இன்றைக்கு இந்தத் தழையைத் தின்னவேண்டாம் என்று நினைத்தால் தின்னாமல் இருக்கலாம். இவர்கள், சொன்ன தழையைத் தின்னவேண்டும். ஏன் என்கிற வார்த்தையே அவர்கள் பாடத்தில் கிடையாது தெரியுமா! என்ன சொல்கிறீர்கள்?'

'அவர்கள் சந்தோஷமாக இருப்பதாக சத்யா சொல்கிறாரே!'

'என்ன சந்தோஷம் அது? நல்ல உணவும் சுகாதாரமான வசதியான அறையும்தான் சந்தோஷமா? மற்றொரு விஷயம். இங்கே பிறப்புகள் எப்படி நிகழ்கின்றன தெரியுமா? சில ஆண்கள் அதற்கென்றே இருக்கிறார்கள். அவர்களை மிகவும் புஷ்டியுடன் என்னென்னவோ பிரத்யேக இன்ஜெக்ஷன் எல்லாம் கொடுத்துத் தனியாக வளர்க்கிறார்கள். அவர்கள் தேர்ந்தெடுக்கப்பட்டவர்கள். ஒவ்வொரு பெண்ணும் அவள் பத்தொன்பதாம் வயதில் நாள் பார்த்து அங்கே அனுப்பப்படுகிறாள். அந்தப் பதினைந்து தினங்களில் அவளுக்கு ட்ரீட்மெண்டின் தரம் மாறும்... கர்ப்பமாகும்வரை அவள் அங்கே இருக்கிறாள். அப்புறம் அவள் ஓய்வு பெறுகிறாள். வேறு மருந்துகள்...'

'கௌதம், எனக்கு ஒரு சந்தேகம்!'

'என்ன?'

'நீ மட்டும் எப்படி விழிப்புடன் இருக்கிறாய்? நீயும் அவர்களில் ஒருவன்தானே? உனக்கு மருந்துகள் தரப்படவில்லையா?'

'அதற்குக் காரணம் மிகவும் தற்செயலானது. இந்தத் தீவுக்கு நீங்கள் தருவிக்கப்பட்டதன் காரணம் என்ன? கம்ப்யூட்டர் சில வேளைகளில் தவறுகள் செய்கிறது. அந்த கம்ப்யூட்டர் செய்த தவறுகளில் ஒருவன் நான். ஒரு மாதமாக எனக்கு ட்ரீட்மெண்ட் கொடுக்கப்படவில்லை. ஏதோ மிஸ் ஆகிவிட்டது. அந்த ஒரு மாதம் என்னுள் புதிய உணர்ச்சிகள் எழுந்தன. என் சுற்றுப்புறத்தையும் என் சகோதர சகோதரிகளின் அடிமை வாழ்வையும் புதிய கண்களுடன் பார்க்க ஆரம்பித்தேன். ஒரு மாதத்துக்குள் பொய் சொல்லக் கற்றுக்கொண்டுவிட்டேன். எனக்கு ட்ரீட்மெண்ட் மறுபடி ஆரம்பித்தபோது அந்த மருந்துகளைச் சாப்பிடுவதுபோல் பாசாங்கு செய்து, அவற்றை சாக்கடையில் கொட்டிவிடக் கற்றுக்கொண்டுவிட்டேன். அவர்கள் என்னைக் கண்டுபிடிக்க முடியாது. தின வாழ்க்கையில் அந்தப் பொம்மைகளில் நான் ஒருவன். என் பெயர் 1082655-481. இந்த எண்ணில்தான் என் சரித்திரம், அடையாளம் அடங்கி இருக்கிறது. என் கடமையைச் செய்து, உடற்பயிற்சி செய்துவிட்டு, கொடுக்கப்படும் உணவை உண்டு என் அறைக்குப் போய் தினம் உறங்கும்வரைக்கும் என்னைப் பற்றி யாரும் கவலைப்பட மாட்டார்கள்'

'அந்தப் பெண் லதா! அவள் யார்?'

'அவளை லதா என்று கூப்பிடாதீர்கள். அவள் பெயர் நந்தினி. நான் வைத்த பெயர். அவள் உள்வட்டத்து அங்கத்தினர்களுக்குப் பணிப்பெண். அவள் கதை மோசமானது. அவர்களுக்கு உடம்பு பிடித்துவிடவேண்டும். கண்ட இடங்களில் முத்தம் கொடுக்க வேண்டும். அவர்கள் அவளை மிதியடிபோல் பயன்படுத்துகிறார்கள். அவள் என்னுடன்தான் ட்ரீட்மெண்டுக்கு தினம் வருவாள்! அவள் மருந்தை மெதுவாக மாற்றினேன். கொஞ்சம் கொஞ்சமாகக் குறைத்து தினம் அந்தத் தனி அறைக்குள் அவளுக்கு போதித்து போதித்து, எவ்வளவு ஜாக்கிரதையாக இருக்கவேண்டி யிருந்தது தெரியுமா? அவள் என் காதலி! இப்போது கூசுகிறாள். மிகவும் கூசுகிறாள். அதே சமயம் ஒன்றுமே நிகழவில்லைபோல் பாசாங்கு செய்துகொள்ள வேண்டியிருக்கிறது. இன்று மாலை கூட சத்யா...'

'ஆம்! லதா திறமையாகத்தான் நடித்தாள்!'

'ஒரு பெண்ணை நடத்துகிற முறையா அது? அவனை வெட்ட வேண்டாம்?'

'யாரோ வருகிறார்கள்?' என்றேன் பயத்துடன். அவசரத்துடன் எழுந்தேன்.

'பயப்படாதீர்கள். நந்தினிதான்.'

நந்தினி மணலில் அவசர அவசரமாக நடந்து எங்களிடம் வந்தாள்.

'ஹலோ கௌதம்! ஹலோ சார்!' கௌதம் அவளை அணைத்துக் கொண்டான். நான் கனைத்தேன். 'கௌதம் அவரிடம் எல்லாம் சொன்னாயா?'

'சொன்னேன்!'

'கௌதம், எனக்குத் தாங்க முடியவில்லை. அந்த மெய் என்னைப் பிடித்துக்கொண்டான். என் உடம்பில் சித்திரம் எழுத வேண்டுமாம்!'

கௌதம், 'பொறுத்திரு நந்தினி! அவன் உடம்பில் நான் சுத்தியால் சித்திரம் எழுதுகிறேன்!' என்றான்.

'சார் என்ன சொல்கிறார்? சார், நீங்கள்தான் எங்கள் நாட்டைக் காப்பாற்ற வேண்டும்! முடியவில்லை என்றால் என்னையும் கௌதமையும் எப்படியாவது உங்களுடன் இந்தியாவுக்கு அழைத்துச் சென்றுவிடுங்கள்!'

'அது முடியாது நந்தினி!' என்றான் கௌதம்.

'கௌதம், நாம் எப்படி வெல்லப்போகிறோம் என்பது எனக்குத் தெரியவில்லை!'

'சார் உதவி இருந்தால் எதுவும் முடியும்.'

'என்ன உதவி?'

'அந்த கம்ப்யூட்டரை ஒழித்துக்கட்டி விடுங்கள். பாக்கியை நாங்கள் பார்த்துக்கொள்கிறோம்!'

'என்னது?'

'ஆம், அந்த கம்ப்யூட்டர் அறையில் நான் நுழையவே முடியாது. அதைப் பற்றி எனக்கு ஒன்றும் தெரியாது. நீங்கள் அதில் விஷயம் தெரிந்தவர். மனிதனுக்கு முக்கியமான நரம்பு இருப்பதுபோல் அதற்கு முக்கியமாக ஏதாவது நரம்பு இருக்கும். அதை வெட்டி விடுங்கள். அதுபோதும்! அந்த கம்ப்யூட்டர் இல்லை என்றால் இந்தத் தீவில் முழுவதும் குழப்பம் ஏற்பட்டு விடும். டிராஃபிக் லைட்டிலிருந்து வைரச் சுரங்கத்தில் கன்வேயர் பெல்ட்டின் வேகம் வரைக்கும் அதுதான் நிர்ணயிக்கிறது.'

'வைரச் சுரங்கமா?'

'தெரியாதா உங்களுக்கு? இந்தத் தீவில் இரண்டு வைரச் சுரங்கங்கள் இருக்கின்றன. நான் அங்கேதான் வேலை செய்கிறேன். ஒரு யுரேனியம் சுரங்கம் இருக்கிறது. மிகவும் பணக்காரத் தீவு இது! நிறைய மினரல்கள் கிடைக்கின்றன இங்கே! நாளை உங்களை அழைத்துச் செல்வார்கள்! என்ன சொல்கிறீர்கள்!'

'என்ன?'

'கம்ப்யூட்டர்!'

'கௌதம், அவர் இன்றுதான் வந்திருக்கிறார். அவரை உடனே இவ்வளவு குழப்பத்தில் ஆழ்த்துவது நல்லதல்ல. சார், நீங்களே,

இந்தத் தீவில் வாழ்க்கையை முழுதும் பாருங்கள். பார்த்து எங்களுக்கு உதவி செய்யலாமா, வேண்டாமா என்று முடிவுக்கு வாருங்கள். இன்று மாலை என்னைப் பார்த்தீர்கள் அல்லவா? ஒரு பெண்ணை நடத்துகிற விதமா அது? உங்கள் தங்கையை எண்ணிப் பாருங்கள்!'

'நந்தினி எல்லாவற்றையும் அவிழ்த்தாளா சார்? அவள்...'

'கௌதம்!'

'அப்புறம் ஒரு நாள் இரவு முழுவதும் நீ அந்த ஒன்றரைக் கண்ணன் மடியில் படுத்திருந்து....'

அவன் கன்னத்தில் அறைந்தாள். அவன் சிரித்துக்கொண்டே அவளைத் தடுத்தான். அவள் அவனைக் கடித்து மயிரைப் பிடித்து உலுக்கினாள். அந்த நிலவொளியில் அவள் ஆத்திரத்திலும் அவன் சிரிப்பிலும் ஆதாரமாகச் சோகமும் சந்தோஷமும் கலந்திருப்பதை உணர்ந்தேன். அவள் கண்களில் நீர் நிறைந் திருந்தது.

'நந்தினி, இன்னும் கொஞ்ச நாள்.. கொஞ்ச நாள்! அவிழ்க்கச் சொன்னால் அவிழ்த்துவிடு. நமக்குச் சுதந்தரம் வந்ததும் துப்பட்டியைப் போர்த்திக்கொள்! சார், நான் இவளைக் கல்யாணம் செய்துகொள்ளப் போகிறேன். இவளை அந்த உள்வட்டத்தில் தடவாதவனே கிடையாது! அவர்கள் ஒவ்வொரு வரையும் கொன்றுவிட்டு இவளை நான் மணக்கப் போகிறேன். எல்லாரையும் இந்தக் கைகளாலேயே கொன்றுவிட்டு...'

'கௌதம்! லுக்!'

மணல்மேட்டில் மெல்லிய இருட்டில் ஒருவன் நின்று கொண்டிருந்தான்! அவன் கையில் இருந்த சதுரமான டார்ச்சின் வெளிச்சம் பளீர் என்று எங்கள்மேல் பட்டது.

அவன் எங்களை நோக்கி இறங்கி வந்தான்.

'நந்தினி இரு, அப்படியே இரு. நகராதே! அவன் என்னை அடை யாளம் கண்டுகொள்ள முடியாது' என்று முணுமுணுத்தான் கௌதம்.

அந்த அன்னியன் என்னிடம் வந்தான்.

'என்னுடன் வாருங்கள்!' என்றான். என் புஜத்தின் அருகே பிடித்துக்கொண்டு!

'யார் நீ?' என்றேன்.

'அமைதிப்படை! நீங்கள் அரை மணியில் வருவதாகச் சொல்லி விட்டுச் சென்றீர்கள். திரும்ப வரவில்லை... அங்கே உங்களுக்கு கார் காத்திருக்கிறது. நேரமாகி விட்டது. இவர்களுடன் நீங்கள் பேசுவது தப்பு!' அவன் டார்ச் கௌதமின்மேல் பட்டது. 'எடு உன் கார்டை. இந்த நேரத்தில் வெளியே இருப்பது மகத்தான குற்றம்! ஒரு பெண்! பெண்ணே உன் கார்டையும் கொடு. நாளை அமைதிப்படை காரியாலயத்தில் பெற்றுக்கொள்ளலாம்!'

சற்றும் எதிர்பாராத விதமாக அது நிகழ்ந்தது.

கௌதம் திடீரென்று அவன் மேல் பாய்ந்து கழுத்தையும் உடலையும் கைகளால் இறுக்கி வளைத்து வீழ்த்தினான். அந்த டார்ச் மணலில் உருண்டது. அமைதிப்படை ஆசாமி தன்னை விடுவித்துக் கொள்ள, அவனை கவிழ்க்கப் பார்க்க, கௌதம் அவன்மேலா... அவன் கௌதம்மேலா?

இருட்டில் மெல்லிய வெளிச்சத்தில் அவ்விருவரும் உருண்டு புரள அவர்கள் மூச்சும் இரைப்பும்தான் கேட்டது. அவர்கள் கோரமாகச் சண்டையிட்டார்கள். கௌதம்.... கௌதம்தானே அது... மற்றவன் கழுத்தைச் சுற்றித் தன் கையை வளைத்துக் கொண்டு அந்தத் தலையை தாழ்த்தி அழுத்த....

'கடக்!' எலும்பு உடையும் சப்தம் கேட்டது.

8

அந்த மங்கிய நிலவொளியில் யார் கழுத்தை யார் முறித்திருக்கிறார்கள் என்பதை என்னால் உடனே சொல்ல முடியவில்லை. ஆனால் கழுத்து உடைக்கப் பட்டவன் நிச்சயம் இறந்திருக்கவேண்டும்.

இரண்டு பேரும் காதலர்கள்போல் ஒட்டிக் கொண்டு இருந்ததிலிருந்து ஒருவன் துவண்டு மற்றவன் அவன்மேல் படர்ந்து விழுந்தான்.

நந்தினி, 'கௌதம்! அவனைக் கொன்றுவிட்டாய்!' என்றாள்.

'ஆம்' என்றான் கௌதம்.

நான் அருகே சென்றேன். உயிர் இருக்கிறதா என்று அவன் கையைப் பிடித்துப் பார்த்தேன்...

'இல்லை சார். அவன் கழுத்து எலும்பு முறிந்துவிட் டது. நிச்சயம் இறந்துவிட்டான்! அனாவசிய பலி!'

'எதற்காக இவனைக் கொன்றாய்?'

'இவனை உயிருடன் விட்டுவைத்தால் உடனே போய் அமைதிக் காவலுக்குச் சொல்லிவிடுவான். பதினைந்து நிமிடங்களில் நான் கைதாகியிருப்பேன்!'

‘இப்போது மட்டும் என்ன? அனுப்பிய ஆசாமி திரும்ப வர வில்லை என்று தேடிக்கொண்டு வரமாட்டார்களா?’

‘அதற்கு வழி இருக்கிறது.’ கௌதம் குனிந்து அந்த உடலின் உடையில் தேடி ஒரு பட்டையை எடுத்தான். ‘அவன் அடையாளத் தகடு. இது போதும் எனக்கு, அவர்களைப் பொருத்தவரை. தீக்குச்சி உரசி அந்தத் தட்டை உன்னிப்பாகப் பார்த்தான். ‘இவன் எண் 662544-7. நானே திரும்பச் சென்று கடற்கரையில் ஒன்றும் நிகழவில்லை என்று சொல்லிவிடலாம். சத்யாவின் முகமற்ற ஜனங்களில் ஒருவனிலிருந்து மற்றவனை வேறுபடுத்துவது கடினம். வேறுபடுத்தவும் மாட்டார்கள்.’

‘கௌதம்! இந்த உடலை என்ன செய்யப் போகிறாய்?’ என்றாள் அந்தப் பெண்.

‘தாற்காலிகமாக மண்ணுக்கடியில் இவனை மறைக்கலாம்! சுதந்தர நாட்டின் முதல் பலி! என் இனிய நண்பனே! நமக்குச் சுதந்தரம் வந்ததும் உனக்கு முதன் முதலில் நினைவுச் சின்னம் அமைக்கிறோம். மிஸ்டர் அய்ங்கார்! நீங்கள் திரும்பச் சென்று விடுவது நல்லது. நீங்கள் எங்கள் இயக்கத்துக்கு உதவி செய்வதைப் பற்றி யோசனை செய்து பாருங்கள். நந்தினி உங்களை மறுபடி சந்திப்பாள். சற்று முன் நிகழ்ந்தவற்றை நீங்கள் மறந்துவிடலாம். யாரிடமும் சொல்லவேண்டாம்.’

‘யாரிடமும் சொல்ல வேண்டாம்’ என்பதை அவன் வேண்டு கோளாகக் கேட்கவில்லை. ஏறக்குறைய அது ஆணையாகத்தான் தொனித்தது.

‘யாராவது கேட்டால்தான் உங்களுக்கு இதைப் பற்றிப் பேச வேண்டிய அவசியம் ஏற்படும். யாரும் கேட்கப் போவதில்லை. கேட்க மாட்டார்கள்! குட்நைட்!’

‘அடப்பாவி கொலைகாரா?’ என்று அவனைத் திட்ட நினைத் தேன்! அவன் முகத்தைக்கூடச் சரியாகப் பார்க்கவில்லை. அவன் குரலை மட்டும்தான் கேட்டேன். மணலில் நடக்கும் போது, ‘எவன் எவனைக் கொன்றால் என்ன? இதில் மாட்டிக் கொள்ளா மல் இருப்பதே புத்திசாலித்தனம். இது ஏதோ கலக அரசியல். இரண்டும் கொல்லத் தயங்காத கட்சிகள். உன்னைப் பொருத்த வரை கம்ப்யூட்டர் ரிப்பேர். அய்ங்கார். உன் கழுத்து சுலபமாக உடைந்துவிடும்! ஜாக்கிரதை!’

திரும்ப அந்தக் கடற்கரைக் கண்ணாடிக் கட்டடத்தை அடைந்தேன். கார் எனக்காகக் காத்துக்கொண்டிருந்தது. அதன் அருகே அரைத் தூக்கத்தில் இருந்தவன் நான் வரும் அரவம் கேட்டதும் விழித்துக்கொண்டு தன் தொப்பியைச் சரி செய்துகொண்டான். (தூக்கத்தை ஜெயிக்க சத்யா என்ன செய்திருக்கிறார் என்று கேட்கவேண்டும்.)

நான் மறுபடி என் அறைக்குக் கொண்டு செல்லப்பட்டேன். வயிற்றில் சாப்பிட்ட பலமான சாப்பாடோ அல்லது அதற்கப் புறம் நிகழ்ந்த நிகழ்ச்சிகளோ பிரளயம் பண்ணியது. நேராக பாத்ரூம் சென்று முகம் கழுவிக்கொண்டு ஒரு தடவை பல் தேய்த்துவிட்டு வந்து படுத்தேன். படுக்கையின்மேல் என் அழுத்தம் பரவியதும் அறையின் விளக்குகள் கொஞ்சம் கொஞ்சமாக மங்கலாயின. அறையில் ஆளரவம் கேட்டது. நான் விருட்டென்று எழுந்துகொண்டேன்.

'யாரது?' என்று பயந்து கேட்டேன்.

'ஓ நீயா!'

அந்தப் பெண், 'மன்னிக்கவும், தூங்கிவிட்டேன். உங்களுக்கு ஏதாவது வேண்டுமா... தேவை இருக்குமா?' என்றாள்.

நான் அந்தப் பெண்ணை மேலும் கீழும் பார்த்தேன். அய்ங்கார்! எல்லாவற்றுக்குமே முதல் தடவை இருக்கிறது. இன்றைக்கு முதல் தடவையாக ஒரு கொலையைப் பார்த்தாய்! அந்த அதிர்ச்சி தீருவதற்கு முதல் தடவையாக.... பெண்ணே நீ... எப்போது தூங்கிப் போனேன்? கண் விழித்தபோது அந்தப் பெண் முகத்தில் தான் விழித்தேன். அவள் சுத்தமாகக் குளித்துவிட்டு நான் கண் விழிப்பதற்காகக் காத்திருந்து என் எதிரே நின்றாள். 'வணக்கம்' என்றாள்.

'வணக்கம். நீ அதற்குள் எழுந்துவிட்டாயா... ஓ! நீ வேறு பெண்ணா! ஷிப்ட் மாறிவிட்டதா?'

அந்தப் பெண் ஜன்னல் திரைகளைத் திறந்து நீலவானையும் சூரிய ஒளியையும் காண்பித்தாள்.

நான் சோம்பல் முறித்துக்கொண்டு, 'நாமே குளிக்கலாமா? அந்தப் பெண்ணைக் குளிப்பாட்டிவிடச் சொல்லலாமா?' என்று யோசித்தேன். அறைக் கதவு திறந்து 'பெரி' நின்றான்.

‘வணக்கம் நீங்கள் இன்னும் குளிக்கவில்லையா?’

‘இல்லை. ஒரு நிமிஷம்.’

‘மெதுவாக வாருங்கள், இன்று பிற்பகல்தான் நீங்கள் தீவிரமாக கம்ப்யூட்டரை கவனிக்கவேண்டும். முற்பகலில் எங்கள் தீவின் சில பகுதிகளைச் சுற்றிக் காட்ட ஏற்பாடு செய்திருக்கிறோம்.’

‘பெரி! நேற்று ராத்திரி கொஞ்சம் படிக்கலாம் என்று நினைத்தேன். இந்த மாதிரி பணிப்பெண்கள் பெட்ரூம் பூராவும் உலவிக் கொண்டிருக்க அது முடியாத காரியம். மத்தியானம்தான் படிக்க வேண்டும்.’

‘நேற்று கடற்கரையில் உலவச் சென்றீர்களே, நன்றாக இருந் ததா?’

‘ஏன்?’ என்றேன், சற்று அச்சத்துடன்.

‘கடற்கரையில் குளிர்ந்த காற்று! உங்களைப்போல் தனியாக நடந்து செல்ல எங்களுக்கும் விருப்பம்தான், நேரம்தான் கிடைப்பதில்லை! நீங்கள் குளித்துவிட்டு வாருங்கள், நான் காத்திருக்கிறேன்...’

பெரி என்னை ஒரு விதமான கண்டக்டட் டூரில் அழைத்துச் சென்றான். அந்த நகரின் மிக அதிகச் சுத்தம்தான் என்னை முதலில் கவர்ந்தது. ஒரு ‘சுகாதார நிலையத்’தில் மிக ஒழுங்கான வரிசையில் நூறுபேர் நின்றுகொண்டிருந்தார்கள். ‘எதற்காக நிற்கிறார்கள்?’

‘தினசரி சிகிச்சைக்காக.’

‘அருகே சென்று பார்க்கலாமா?’

‘தாராளமாக. இந்த நகரில் எதுவும் ரகசியமில்லை. இது ஒரு திறந்த நகரம்.’

அவர்கள் ஒரு சிறு மெஷின் அருகில் ஒவ்வொருவராகச் சென்று கையை வைத்து வைத்து எடுத்தார்கள். அவர்கள் புறங்கையில்... மேல் பாகத்தில் இரண்டு சிறிய ஜல முத்துக்கள் தெரிய அதை அவர்கள் துடைத்துக்கொண்டு நகர்ந்தார்கள். ‘வலியே இல்லாத சிகிச்சை. அவர்களது இன்றைய ஆரோக்கியத்தை உடனே கட்டுப்படுத்துகிறது!’

மெஷினுக்கு அருகில் மேற்பார்வை பார்ப்பதற்கு ஒருவரும் இல்லை. கௌதம் போன்ற ஆசாமி சுலபமாக, கை வைப்பது போல் பாசாங்கு செய்து சிகிச்சையைத் தவிர்க்கலாம். தவிர்க்கும் இச்சைதான் வேண்டும்...

உடல் நிலையத்தில் வரிசையாக இன்க்யுபேட்டர்கள் போல ஒரு ஹால் நிறைய இருந்தன. அதில் ஒரே மாதிரியான சிவப்பு முகக் குழந்தைகள். முகத்தைச் சுளித்துக்கொண்டு அழுது கொண்டிருந்தன.

'எல்லாம் மூன்று மாதக் குழந்தைகள்... எங்கள் குழந்தைகள்.'

எதிர்கால பொம்மைகள்!

'எல்லாம் அழுகின்றனவே!'

'அழுவதற்கு அனுமதித்திருக்கிறார்கள்.' பெரி அருகில் இருந்த அந்தப் பெண்ணுக்கு சைகை காட்டினான். அவள் நடந்து சென்று சுவரில் இருந்த ஒரு சுவிட்சைத் தட்டினாள்... எல்லாக் குழந்தை களும் ஒரே சமயத்தில் அழுகையை நிறுத்திவிட்டன.

'சில மைக்ரோ ஆம்பியர் கரண்ட் கொடுக்கிறோம்! அந்த மிக மெலிய இனிய அதிர்ச்சியில் அவர்கள் அழுகையை நிறுத்தி விடுவார்கள். இவர்தான் இந்த நிலையத்தின் டைரக்டர். இவர் அய்ங்கார். நம் கம்ப்யூட்டரைப் பழுதுபார்க்க வந்திருக்கிறார்.'

டைரக்டர் என் கையைப் பற்றிக் குலுக்கி, 'எங்கள் நிலையத்தில் ஆரோக்கியமான, பணிவுள்ள பிரஜைகளை உண்டாக்குகிறோம்' என்றார்.

உற்பத்தி செய்கிறார்கள். மனங்களைக்கூட! டைரக்டர், போக்கனோவ்ஸ்கி முறையைப் பற்றி எனக்குப் பதினைந்து நிமிஷம் விளக்கினார். ஜீன்களைப் பற்றி, ஹிப்னோபீடியா பற்றி.

'இந்தக் குழந்தைகளில் கொஞ்சம் ட்ரீட்மெண்டுக்குப் பணியாத வகைகள் இருப்பார்களா?'

'இருக்கிறார்கள். அவர்களுக்குத் தனி அறை இருக்கிறது. பார்க் கிறீர்களா?'

இந்த அறையில் இனிய முகங்கள் தவழ்ந்து நகர்ந்தும் சின்னச் சின்ன விரல்களில் வர்ணப் பந்துகளைப் பற்றி விளையாடிக் கொண்டும்... எத்தனை அறியாமை!

ஒரு குழந்தை ஒரு சிறிய நாற்காலியில் உட்காரவைக்கப்பட்டு பெல்ட்டினால் நாற்காலியுடன் கட்டப்பட்டிருந்தது. அதனருகில் ஒரு பெண் கையில் ஒரு பட்டன்.

'இந்தப் பிள்ளை இயல்பாகவே அம்மா என்று சொல்கிறது. ஒவ்வொரு தடவையும் அது அம்மா என்னும்போது அதற்கு அதிர்ச்சி தரப்படுகிறது. பதினைந்து நாட்களில் அந்த வார்த்தை அழிந்துவிடும்.'

அந்த சிசு மிரண்டு மிரண்டு பார்த்துக்கொண்டிருந்தது. பக்கத்தில் வைத்திருந்த வண்ணப் பூக்களைப் பார்த்துச் சிரித்துவிட்டு 'ம்மா' என்றது... அழகாக.

அந்தப் பெண் பட்டனை அழுத்த, அதற்குத் தூக்கி வாரிப் போட்டது!

'போக்கனோவ்ஸ்கியின் முறை!' என்றார் டைரக்டர்.

அடுத்து நான் சுரங்கத்துக்கு அழைத்துச் செல்லப்பட்டேன். அங்கே கன்வேயர்களில் வெட்டப்பட்ட கனிமங்கள் வருவதும், அது பொடியாவதும், சலிக்கப்படுவதும், ஹைட்ரோஃப்ளோரிக் அமிலத்தில் சுத்தப்படுத்தப்படுவதும், காய்ச்சப்படுவதும்...

'இந்தத் தீவின் ஆதாரம் இந்தச் சுரங்கங்கள்தான்... வாரம் ஒருமுறை கப்பல் வந்து, இந்த மூலப் பொருள்களை ஏற்றுமதி செய்கிறோம். வெட்டியிருப்பது ஒரு சிறிய பகுதியே! எவ்வளவு செல்வம் வெட்டப்படாமல் இருக்கிறது தெரியுமா?'

அடுத்து அரசின் இடைநிலைப் பள்ளி எண் 18.

'நம்மிடம் வந்திருக்கும் விருந்தாளிக்கு எல்லாரும் வணக்கம் சொல்லுங்க.' முன்னூறு குரல்கள், 'வணக்கம்', அப்புறம் எனக்காகக் காட்டப்பட்ட தேகப்பயிற்சிகள்.

'உங்கள் அமைதிப்படை நிலையத்தை நான் பார்க்கவேண்டும்.'

'அதற்கு மட்டும் சத்யாவின் அனுமதி வேண்டும்.'

'இது திறந்த நகரம் என்கிறீர்களே!'

'முழுவதும் திறக்கவில்லை. கம்ப்யூட்டர் அறை, அமைதிப் படை நிலையம் போன்ற சில இடங்களில் அனுமதி கிடையாது.'

‘ஏன், பயப்படும்படியாக ஏதாவது நடக்கிறதா அங்கே?’

‘எங்கே?’

‘அமைதிப்படை நிலையத்தில்...’

‘திரு அய்ங்கார்! நீங்கள் ஒன்றும் அங்கே புதிதாகப் பார்க்கப் போவதில்லை. சாப்பிடப் போகலாமா?’

பள்ளிகளிலும், சுரங்கங்களிலும், சுகாதார நிலையங்களிலும் பார்த்த அந்த மக்கள் எல்லாரும் நகர்ந்தவிதம், ஒருவருக்கு ஒருவர் பேசிக்கொண்ட விதம், பார்த்துக்கொண்ட விதம் யாவிலும் ஒரு கனிவுத்தன்மை, கண்ணுக்குத் தெரியாத சூத்திரக் கயிறுகளினால் கட்டப்பட்டு நடக்கும் தன்மை எனக்குத் தெளிவாகத் தெரிந்தது. கௌதமனின் ஞாபகம் வந்தது. தப்பிப் பிறந்துவிட்ட ஒரே ஒருவன். இத்தனை பொம்மைகளுக்கு உயிர் கொடுக்க முயற்சிக்கிறான். தனி ஆசாமியாக! ஆயுதம் இல்லை! மனத்தின் தீவிர எதிர்ப்புதான் ஆயுதம். எப்படிச் செய்யப் போகிறான்? என் உதவி கேட்கிறான்! உதவி செய்யலாமா? என் மனம் மிகவும் குழப்பத்தில் இருந்தது. இல்லை! கௌதமனின் போராட்டம் ஆரம்பத்திலேயே தொல்லை தரப்போகும் போராட்டம். இதில் நாமும் சம்பந்தப்படக் கூடாது. நாம் நேற்று அவனைப் பார்க்கவே இல்லை. பார்த்துப் பேசக்கூட இல்லை. அதெல்லாம் கனவு, இந்த சொர்க்கத்தீவில் நிகழ்கிற எல்லாமே கனவுதான்! இங்கே எனக்குக் கிடைக்கும் வரவேற்பு சுகம்! நேற்றைய பெண்... எல்லாம் ஒரு நிமிஷத்தில் மாறிவிடக்கூடும். நான் சத்யாவின் எதிரிகளைச் சந்திக்கிறேன் என்று தெரிந்தால் என்னையும் அந்தக் குழந்தை மாதிரி நாற்காலியில் உட்கார வைத்து, பட்டனைத் தட்ட எத்தனை நேரம் ஆகும்?

‘பெரி.... இந்த நகரத்தில் ராணுவம், போலீஸ் ஏதாவது உண்டா?’

‘கிடையாது, எங்கள் ஆயுதங்கள் வேறு விதமானவை!’

கேண்டீன்போல இருந்த இடத்தில் நாங்கள் மதிய உணவு சாப்பிட்டோம். ‘சாப்பிட்ட உடனே நான் கம்யூட்டரைப் பார்க்கச் செல்லவேண்டும். ஏற்கெனவே நிறைய நேரம் விரையமாகி விட்டது. எனக்குச் சீக்கிரம் வீட்டுக்குப் போகவேண்டும். இங்கு தலை சுற்றுகிறது...’

நாங்கள் சாப்பிட்டுக்கொண்டிருந்தபோது பெரியிடம் ஒரு ஆள் வந்து ஒரு சீட்டைக் கொடுத்துவிட்டுச் சென்றான். அதைப் படித்த பெரியின் முகம் மாறியது.

'மன்னிக்கவும்... நான் உங்களை விட்டுப் பிரியவேண்டி இருக்கிறது. கடற்கரையில் விநோதமாக ஒன்று நிகழ்ந்திருக் கிறது.'

9

மதிய உணவை மதிக்கவில்லை என் மனம். உள்ளூரக் கன்றுக்குட்டி உதைத்துக்கொண்டிருந்தது. கடற்கரை யில் அந்த உடலை அவர்கள் பார்த்துக் கண்டெடுத்தபின் அந்த இடத்தையும் நான் முன் தினம் உலவச் சென்ற ஸ்தலத்தையும் இணைப்பதற்கு எத்தனை நிமிஷங்கள் ஆகும்? கண்டுபிடித்து விடுவார்களா? கம்ப்யூட்டர் உதவி பெற்ற ஊர் அல்லவா?

அவர்கள் எப்போது எனக்காக வரப்போகிறார்கள் என்றுதான் காத்திருந்தேன்.

வரவில்லை!

அதுதான் எனக்கு இன்னும் பயம் தந்தது. ஒரு வழியாக வந்து தொலைந்தால் எல்லாவற்றையும் சொல்லிவிடலாம். மனமும் நிம்மதி அடையும். இப்போது மட்டும் என்ன, நேராக சத்யாவைக் கூப்பிட்டு, நேற்று இரவு இன்னமாதிரி நடந்தது. அதில் எனக்கு எதுவும் சம்பந்தமில்லை என்று சொல்லிவிடலாமே!

சொல்ல மனம் வரவில்லை எனக்கு! எதற்கு மனம் வரவில்லை?

மதிய உணவு முடிந்ததும் என்னை ஒரு உள் வட்டம் கம்ப்யூட்டர் அறைக்கு மறுபடி அழைத்துச் சென்றான். நேற்று நான் வந்ததிலிருந்து நிகழ்ந்த அமர்க்களங்களில் என்னால் ஒரு அட்சரம்கூட இதுவரை படிக்க முடியவில்லை. புத்தகங்கள் என்னவோ என் அறையில் முன்பே வைக்கப்பட்டு விட்டன. கம்ப்யூட்டர் அறைக்குச் சென்றதும் என்னவோ சமாளிப்பதற் காகத்தான் சில கேள்விகள் கேட்டேனே தவிர, தீவிரமாக அதன் பழுதை நிவர்த்திப்பதில் ஈடுபட்டு அல்ல. இருந்தும், அவன் நான் கேட்ட கேள்விகளை மிகத் தீவிரமாக எடுத்துக்கொண்டு பதிலும் சொல்லிக்கொண்டே வந்தான்.

என் மனம் கடற்கரையிலேயே அலைந்தது.

'மெய்! கடற்கரையில் என்ன நடந்தது? திடீரென்று உங்கள் பெரி, என்னுடன் வந்தவர் அவசரமாகக் கிளம்பிவிட்டாரே?'

'எந்தக் கடற்கரையில்? என்ன நடந்தது?'

'சரிதான். நான் கேட்டதையே திருப்பிக் கேட்கிறாயே!'

'மிஸ்டர் அய்ங்கார்! ஒவ்வொரு ப்ரோக்ராம் மாஸ்டர் டேப் களுக்கும் நகல் எடுத்துவிடலாம் என்று யோசனை சொன்னேன்! அதைப் பற்றி நீங்கள் என்ன நினைக்கிறீர்கள்?'

'ப்ரோக்ராம் டேப்பில் பழுது இருந்தால் அப்படிச் செய்தால் நிவர்த்தி ஆகிவிடும்' என்று பதில் சொன்னேன். அவன் என் முதல் கேள்விக்குத் தந்த பதிலின் வகையிலேயே!

கம்யூட்டர் அறையின் முகப்பறையில் கண்ணாடி ஜன்னல்கள் இருந்தன. அவற்றில் திரைகளை விலக்க, அந்த உயரத்திலிருந்து தூரத்தில் கடற்கரை துல்லியமாகத் தெரிந்தது. மௌனப் படம் போல அந்த நகரமே சலனிக்க... கடற்கரையின் ஒரு பகுதியில் பத்துப் பதினைந்து பேர் கும்பலாகச் சூழ்ந்திருக்க, அருகே ஒரு ஆம்புலன்ஸ் வண்டியின் சிவப்பு ப்ளஸ்கூடத் தெரிய... அந்த இடத்தில் அந்தக் கும்பலின் மேலே உச்சியில் சில பருந்துகள் வட்டமிட்டு அவ்வப்போது அந்தக் கூட்டத்தை நோக்கி டைவ் அடித்தன. காட்டிக் கொடுத்த பருந்துகள்.

'மெய்! அங்கே என்ன நடக்கிறது?'

மெய் வந்து பார்த்து, 'எனக்குத் தெரியாது' என்றான்.

‘ஆம்புலன்ஸ் நிற்கிறதே!’

‘ஆம்.’

‘யாராவது அடிபட்டிருக்கிறார்களோ?’

‘இருக்கலாம்.’

நான் மெய்யைப் பார்த்தேன். அவன் என்னையே பார்த்துக் கொண்டிருந்தான்.

எங்கள் கண்கள் சந்தித்தன. என் கண்கள் தாழ்ந்தன. ‘உங்களுக்குத் தெரியாதா திரு அய்ங்கார்?’ என்றான்.

‘என்ன?’

‘அங்கே என்ன நடந்தது என்று?’

‘தெரியாது.’

‘நல்லது’ என்றான்.

‘யாருக்கு?’

‘உங்களுக்குத்தான். இதில் ஒன்றும் தெரியாமல் இருக்கும்வரை நல்லது. தெரிந்தும் தெரியாமல் இருப்பது சற்றும் நல்லதல்ல.’

‘நீ சொல்வது புரியவில்லை!’

‘உங்களுக்குப் புரிகிறது என்று நினைக்கிறேன் திரு. அய்ங்கார்!’

அந்த அறையில் இருந்த டெலிபோன் சிணுங்கியது. ‘மெய்’ என்றான். அதை எடுத்து சற்று நேரம் கேட்டான். மௌனமாக டெலிபோனைத் துடைத்துவிட்டு அதிக அக்கறையுடன் வைத்தான். என்னை நோக்கி, ‘திரு அய்ங்கார்! உங்களை சத்யா அழைக்கிறார்’ என்றான்.

‘என் வேலையை முடித்துவிட்டு வருகிறேன் என்று சொல்.’

‘வேலை அப்புறம், சத்யா மிகவும் அரிதானவர், மிகவும் நல்லவர். அவர் சொல்லைக் கேட்பது எல்லோர் ஆரோக்கியத்துக்கும் நல்லது. என்னுடன் வருகிறீர்களா?’

‘நான் கம்யூட்டரைக் கவனிப்பதா அல்லது கூப்பிட்ட குரலுக்கு, கட்டடத்துக்குக் கட்டடம் ஓடுவதா! என்ன இது?’

'திரு அய்ங்கார்! என்னுடன் வருகிறீர்களா?'

'முடியாது' என்றேன் அசட்டுத்தனமாக. மெய் சாதாரணமாகவே சிரிக்கிற ஜாதி இல்லை. என்னைப் பார்த்து விகாரமாகச் சிரித்தான். 'திரு அய்ங்கார்! நீங்கள் விருந்தினர். உங்கள் உதவி எங்களுக்குத் தேவை இருக்கிறது. இல்லையெனில் இந்நேரம் நீங்கள் ஒரு சிறிய அறையில் வலியே இல்லாமல் எரிந்து போயிருப்பீர்கள். சிக்கனமாக மின்சாரத்தால் எரிக்கிறோம் நாங்கள். தொடையின் எலும்புகள் தவிர மற்ற யாவும் பொடிப் பொடியாகி, அதன் பாஸ்பரஸ் சக்திக்காக எருவாக நாங்கள் பயன்படுத்தியிருப்போம்! அந்த ரோஜா மலர்களைப் பாருங்கள்! எவ்வளவு பெரிதாக, புஷ்டியாக மலர்ந்திருக்கின்றன! என்ன காரணம்? நல்ல உரம்! வருகிறீர்களா?'

எனக்கு சொர்க்கத் தீவின் ரோஜா மலர்களுக்கு ஊட்டமளிப்பதில் அவ்வளவு ஆசையில்லை. எனவே அவனுடன் சென்றேன்.

சத்யா மிகவும் புன்னகையுடன் என்னை வரவேற்றார். 'ஆம்! அய்ங்கார்! உங்களை மறுபடிச் சந்திப்பதில் எனக்கு மகிழ்ச்சி! மெய்! நீ போகலாம். உட்காருங்கள்.'

நாங்கள் தனியாக இருந்தோம். நான் சத்யாவை நேராகப் பார்த்தேன்! அவர் புன்முறுவலித்தார்.

'ஒன்றுமில்லை! மிஸ்டர் அய்ங்கார். ஒரே ஒரு சிறிய குழப்பம். அந்தக் குழப்பத்தை முதலிலேயே தீர்த்துவிடுவது நம் இருவருக்கும் நல்லது!'

'சொல்லுங்கள்!'

'நேற்று நீங்கள் கடற்கரையில் தனியாக நடந்துசென்றீர்கள் அல்லவா?'

'ஆம்.'

'என்ன நடந்தது?'

நான் யோசித்தேன்.

'நீங்கள் பொய் சொல்வதற்கு யோசனை ஏதாவது இருந்தால் இதை உங்களிடம் முதலில் சொல்லிவிடுகிறேன். நீங்கள் சென்ற இடத்தில் ஒருவனின் இறந்த உடலை நாங்கள் பார்த்திருக் கிறோம். மணலில் அரைகுறையாக மூடப்பட்ட உடல்!'

'அப்படியா?' என்றேன்! என்ன சொல்லவேண்டும்? முழுவதும் சொல்லவேண்டுமா? பாதி சொல்லவேண்டுமா? எனக்குத் தெரியவே தெரியாது என்று சொல்லவேண்டுமா? அந்த ரோஜா மலர் ஞாபகம் வருகிறதே!

'யாருடைய உடல்?' என்றேன்.

'சொர்க்கத் தீவின் ஒரு பிரஜையின் உடல்! யார் என்று கண்டு சொல்வதில் எங்களுக்கு கொஞ்சம் சிரமம் இருக்கிறது. அவனுடைய கார்டு அவன் உடலில் இல்லை! இன்று காலை கம்ப்யூட்டர் கணக்கின்படி ஓர் ஆசாமிகூடக் காணாமல் போக வில்லை. எல்லாரும் பஞ்ச் செய்திருக்கிறார்கள். இதற்கு அர்த்தம், அந்த ஆளைக் கொன்றவன் அந்த கார்டை எடுத்துக் கொண்டு அதை உபயோகப்படுத்தி இருக்கிறான். மணலில் உங்கள் காலடிகள் அந்த இடத்தில் முடிவடைகின்றன. என்ன நடந்தது? சொல்லிவிடுங்கள்.'

நான் இயந்திரம்போல் சொன்னேன். 'நான் விருந்து முடிந்ததும் அந்த இடத்துக்கு நடந்து சென்றேன். சற்று நேரம் அங்கே அமைதியாக உட்கார்ந்துகொண்டிருந்தேன். நிலா ஒளியில் மெல்லிய காற்றில் எனக்கு மிகவும் சுகமாக இருந்தது. அரை மணி அல்லது முக்கால் மணிநேரம் உட்கார்ந்திருப்பேன். அப்போது ஓர் ஆள் என்னிடம் வந்தான். அவன் அமைதிப் படையைச் சேர்ந்தவன் என்றான். நான் அரைமணியில் திரும்பி வந்திருக்கவேண்டும், வராததால், அவனை அனுப்பியிருக்கிறார்கள் என்றும், என்னை உடனே காருக்குத் திரும்பிப் போகும்படியும் சொன்னான். நான் திரும்ப நடந்து வந்துவிட்டேன். அவ்வளவுதான் நடந்தது.'

சத்யா என்னைப் பார்த்துச் சிரித்தார்.

'மிஸ்டர் அய்ங்கார், மறுபடி ஒரு தடவை முயன்று பாருங்கள்.'

'என்ன?'

'நீங்கள் சொன்னதில் பாதிதான் மெய்! நீங்கள் சென்றது, திரும்ப வந்தது... அவ்வளவுதான்!'

'நான் சொன்னது முழுவதும் நிஜம்' என்றேன். என் கைகள் நடுங்குவதை சத்யா கவனித்தார். 'மிஸ்டர் அய்ங்கார்! எங்கள் அருகதைகளை நீங்கள் தப்புக் கணக்கு போடுகிறீர்கள். கொஞ்சம்

இருங்கள்! நேற்று விருந்தின்போது நீங்கள் எங்களைப் பொருத்த வரை முக்கியமாக என்ன என்ன செய்தீர்கள், பார்க்கலாம்! விருந்தில் நான் பேசினேன். நீங்கள் பேசினீர்கள். பாதி விருந்தில் பாத்ரூம் போகவேண்டும் என்று சொன்னீர்கள். அது எனக்கு அப்போது வினோதமாக இல்லை. இப்போது அது எனக்கு வினோதமாக இருக்கிறது! பாத்ரூமில் நுழைந்ததும் அங்கே என்ன செய்தீர்கள் பார்க்கலாமா? அங்கே பொருத்தப்பட்ட டிவி மானிட்டரைப் போட்டுப் பார்க்கலாமா? ஒரு நிமிஷம், ஏய் யாரங்கே?' ஒரு பெண் வந்தாள். 'அதை இப்படி நகர்த்து...' சக்கரங்கள் அமைத்த ஸ்டாண்டின்மேல் இருந்த ஒரு டெலிவிஷன் பெட்டியை எங்கள் முன் நகர்த்திவிட்டுச் சென்றாள். 'அழகான செட் இல்லை? மிட்சுபிஷி போர்ட்டபிள், இதிலேயே ஒரு சிறிய டிவி, கேமரா, ரேடியோ, டேப் ரெகார்டர், மானிட்டர் எல்லாம் இருக்கிறது.' சத்யா அதன் குமிழைத் தட்ட, என் இதயம் என் தொண்டைவரைக்கும் வந்துவிட்டது.

பாத்ரூம் அறை உள்பக்கம் தாளிட்டுவிட்டு நான் உள்ளே நுழைகிறேன். அவசர அவசரமாக அந்தக் கடிதத்தைப் பிரித்துப் படிக்கிறேன்.

நான் அதைக் கிழித்துப் பந்தாக்கி ஸிங்க்கில் போட்டுவிட்டுத் தண்ணீரை இறைக்கிறேன். ஆவலுடன் அது மறைவதைப் பார்க்கிறேன்!

'கடிதத்தில் என்ன எழுதியிருந்தது, மிஸ்டர் அய்ங்கார்?'

'எனக்குச் சரியாக ஞாபகமில்லை. ஏதோ சங்கேத பாஷை போலச் சில எண்கள். சில...'

சத்யா மெதுவாக, 'ச்ச்ச்ச்ச்ச்.....' என்றார்.

'வரிக்கு வரி பொய் சொல்லுகிறீர்கள் மிஸ்டர் அய்ங்கார். கடிதத்தில் என்ன எழுதியிருந்தது என்பதை நான் சொல்கிறேன்.

ஸிங்க்கில் நீங்கள் சுக்கு நூறாகக் கிழித்துத் தண்ணீர் இறைத்தாலும் அந்தத் துண்டுகள் எங்களுக்குக் கிடைக்காமல் போய்விடுமா? அதை நாங்கள் மறுபடி சேர்த்து ஒட்டவைக்க முடியாதா? ஏய்!'

இந்த முறை ஒரு சிறிய ஸ்லைட் வ்யூவர் கொண்டுவரப்பட்டது. அதன் விளக்கை அமைத்ததும் கந்தலான அந்தக் கடிதப் பகுதிகள் ஒட்ட வைக்கப்பட்டு...

'ஏதாவது காரணம் சொல்லித் தனியாகக் கடற்கரை ஓரமாகச் சிவப்பு விளக்கை நோக்கி வாருங்கள்.'

'இப்போது சொல்லுங்கள்' என்றார் சத்யா.

நான் மௌனமாக இருந்தேன். 'ஏதாவது காரணம் சொன்னீர்கள். என்ன சொன்னீர்கள்? சாப்பாடு ஜீரணமாக சமுத்திரக்கரை ஓரமாக நடந்து செல்லவேண்டும் என்றீர்கள். சென்றீர்கள். சிவப்பு விளக்குத் தெரிந்ததா? அதை நோக்கி நடந்தீர்கள். அங்கே சென்றீர்கள். மேலே என்ன நடந்தது, சொல்லுங்கள். நீங்கள் இதுவரை சொன்னதை எல்லாம் மறந்துவிடலாம். மறுபடி ஆரம்பிக்கலாம் என்ன?'

நான் என் நகத்தையே பார்த்துக்கொண்டு யோசித்தேன். உண்மை! உண்மைதான் என்னைக் காப்பாற்றும். எனக்கு கௌதமின் ஞாபகம் வந்தது. நந்தினியின் ஞாபகம் வந்தது. மணலில் அவர்கள் ஒருவருக்கொருவர் ஒரு மிக நுண்ணிய நம்பிக்கையை ஆதாரமாக வைத்துக்கொண்டு பேசிய பேச்சில் இருந்த விடுதலை வேட்கை ஞாபகம் வந்தது. அவர்களை நான்... காட்டிக்கொடுக்கவேண்டும். உண்மை தெரியும்வரை என்னை சத்யா விடப்போவதில்லை. ஆனால், விருந்துக் கட்டடத்தில் நடந்தவரைதான் அவர்களுக்குத் துல்லியமாகத் தெரியும். அதற்குமேல் அந்த இருட்டில் நடந்த விஷயங்களை எந்த டெலிவிஷனிலும் பார்க்கவில்லை. எந்த டேப்பிலும் பதிவாகவில்லை. எனவே,

'சத்யா! என்னை மன்னித்துவிடுங்கள். நான் ஓர் ஆர்வம் மிகுந்த பைத்தியக்கார இளைஞன். உங்கள் சக்தியின் அளவு தெரியாமல் சிறுபிள்ளைத்தனமாகப் பொய் பேசிவிட்டேன்! மன்னியுங்கள்!'

சத்யாவை அந்த முன்னுரை கவரவில்லை. நான் மேலே பேசக் காத்திருந்தார்.

'விருந்தில் உட்கார்ந்திருந்தபோது ஒரு தட்டின் அடியில் இருந்த காகிதக் கைகுட்டையில் ஏதோ ஒரு செய்தி எழுதியிருந்தது... அதை நான் விருந்தில் படிக்க விரும்பவில்லை. எனவே அதை பாத்ரூமில் எடுத்துக்கொண்டு சென்று அங்கே படித்தேன். அதில் எழுதியிருந்தது, என்னை யோசிக்க வைத்தது. அதை எழுதியவர் நிச்சயம் இந்த விருந்தில் கலந்துகொண்டிருக்கும் ஆசாமிகளில் ஒருவராகத்தான் இருக்கும். யாராக இருக்கும்? எனக்கு இது

சொர்க்கத் தீவு / 109

சுவாரசியமான சவாலாக இருந்தது. போய்த்தான் பார்க்கலாமே என்று தோன்றியது. உங்களிடம் சால்ஜாப்பு சொல்லிவிட்டுக் கிளம்பிவிட்டேன். எனக்கு இந்த மாதிரி அட்வென்ச்சர் பிடிக்கும்...

'நான் அங்கே சென்றேன். அங்கே முன்பின் தெரியாத ஓர் ஆள் என்னைச் சந்தித்தான். இருளில் அவன் முகம் தெரியவில்லை. அவன் குரல் எனக்குப் பரிச்சயமில்லை. அவன் என்ன என்னவோ உங்களுக்கு எதிராகப் பேசினான். நீங்கள் மக்களை நடத்தும் விதம், மக்களுக்குத் தராத சலுகைகள் எல்லாவற்றையும் பற்றி மிகவும் புரட்சித்தனமாகப் பேசினான். என்னை அவனுக்கு உதவி செய்யச் சொன்னான். அவனிடம், 'நான் இந்தத் தீவுக்கு அன்னியன், எனக்கு இந்த உட்பூசல்களில் கலந்துகொள்ள அக்கறை இல்லை.... விருப்பம் இல்லை. நான் வந்தது ஓர் ஆர்வத்தின் காரணமாக...' என்றேன். அவன் என்னை மன்றாடிக் கொண்டிருந்தபோது அமைதிப்படை ஆசாமி ஒருவன் என்னைத் தேடிவர, அவன் என்னுடன் இருப்பதைப் பார்த்து அவன் கார்டைக் கேட்டான். அவன் சற்றும் எதிர்பாராதவிதமாக அமைதிப்படை ஆசாமியைத் தாக்கிக் கொன்றுவிட்டான். எனக்கு மிகவும் அச்சமாகிவிட, அவன் என்னிடம். 'நீங்கள் சென்றுவிடுங்கள். நான் பார்த்துக்கொள்கிறேன்' என்றான். நான் கிலியில் ஓடி வந்துவிட்டேன்! அவ்வளவுதான் நடந்தது... சத்தியமாக அவ்வளவுதான் நடந்தது' என்றேன்.

'அவன் முகம் ஞாபகமிருக்கிறதா உங்களுக்கு...'

'இருக்கும்! ஒரு தடவை சிகரெட் பற்றவைக்க முயற்சித்தபோது அந்த வெளிச்சத்தில் பார்த்தேன்.'

'மிஸ்டர் அய்ங்கார்! நீங்கள் எவ்வளவு தூரம் உண்மை சொல்கிறீர் கள் என்பதை ஒரு சிறு மருந்து மூலம் கண்டுபிடித்துவிடலாம். வலியே இல்லாத மருந்து' என்றார் சத்யா!

10

எனக்கு மறைமுகமாக அந்த கௌதமனின் அற்பாயுள் போராட்டத்துக்கு உதவ ஆசைதான். அதே சமயம், சத்யாவின் மகத்தான விஞ்ஞான சர்வாதிகாரத்திடம் பயம். இவை இரண்டுக்கும் இடையில் நான் தாற்காலிகமாகக் கொடுத்த பதில்கள் சத்யாவைத் திருப்திப்படுத்தவில்லை என்பது எனக்குத் தெரிந்தது. அவர்கள் நாட்டு பொம்மை களில் ஒருவன் இல்லை நான். அவர்கள் கம்ப் யூட்டரைப் பழுது பார்க்க நான் தேவைப்படுகிறேன். எனவே அவர்கள் என்னைக் கொல்ல மாட்டார்கள் என நம்பினேன். இருந்தும் அடுத்தடுத்துப் பொய் சொன்னாலும் அவர்கள் பொறுமையின் எல்லைவரை தான் செல்ல முடியும். எது அவர்கள் எல்லை?

'மிஸ்டர் அய்ங்கார்! அவன் யாரென்று நீங்கள் எங்களுக்குக் காட்டிவிடுவது மிகவும் முக்கியம்! அவனைக் கண்டுபிடிக்கும்வரை, இந்தத் தீவின் ஆரோக்கிய வாழ்வில் கலந்திருக்கும் ஒரே ஒரு கிருமியைக் கண்டுபிடிக்கும்வரை, எங்களுக்கு உறக்கம் இல்லை!'

நான் ஒரு சுத்தமான, ஏறக்குறைய ஃபர்னிச்சரே இல்லாத அறைக்கு அழைத்துச் செல்லப்

பட்டிருந்தேன். அதன் மையத்தில் சுகமாக ஒரு சுழலும் நாற்காலி யில் உட்கார்ந்திருந்தேன். எனக்கு நேர் எதிராக ஒரு திரை இருந்தது. என் அருகில் மெய்யும் அந்த டின்னரில் சந்தித்த பயோகெமிஸ்ட்டும், பெரியும் நின்றிருந்தனர்.

'எப்படிச் சொல்வேன்? அவனை நான் பார்த்தது அரை நிமிஷம் இருட்டில்! உங்கள் தீவில் எல்லோரும் ஏறக்குறைய ஒரே மாதிரி இருக்கிறீர்கள்! எப்படி நான் சொல்ல முடியும்? அவன் பெயர் சொன்னான்! கௌதம் என்றான்.'

சத்யா தனியாக ஜன்னலருகில் நின்றிருந்தவர், 'கௌதம்! கௌதம் பொய்ப் பெயர். இந்தத் தீவில் அத்தனை நீளப் பெயர் ஒருவருக்கும் கிடையாது' என்றார். சத்யா தனது வலது கையால் இடது கையைக் குத்திக்கொண்டார். 'படங்களைக் காட்டு.'

'மிஸ்டர் அய்ங்கார்! நாங்கள் உங்களுக்குச் சில முகங்களைக் காட்டுகிறோம். ஞாபகம் வருகிறதா பாருங்கள்...'

அறையில் வெளிச்சம் குறைந்தது. திரையில் வெளிச்சம் அதிகரித்தது. ஒரு ஸ்லைட் ப்ரொஜக்டர் ஒவ்வொன்றாக பொம்மை காட்டியது. முதலில் உள் வட்டத்து அங்கத்தினர்கள் பதினாறு பேரையும் காட்டியது. பின்பு... மேலும் முகங்கள்!

நான் ஒவ்வொன்றுக்கும், 'ம்ஹூம்' என்று சொல்லிக்கொண்டே வந்தேன்.

'சத்யா! இந்த முறை உதவாது.. ஏற்கெனவே மெலிதாக இருக்கும் என் ஞாபகத்தை இன்னும் குழப்பம் அடையச் செய்கிறது. லட்சம் முகங்கள் காட்டப் போகிறீர்களா?'

'இல்லை மிஸ்டர் அய்ங்கார்! இந்தத் தீவில் எதிர்ப்பு தெரிவிக்கக் கூடியவர்கள் சாதாரணப் பிரஜைகளிலிருந்து ஒருவரும் இருக்க முடியாது! அவர்கள் பிறந்ததிலிருந்து அவர்கள் ரத்தம் சுத்த மானது! மனம் சுத்தமானது. இந்த வேலை செய்தது வெளி ஆசாமி அல்லது...'

'அல்லது?'

சத்யா யோசித்தார். 'இந்தப் படங்களில் ஒருவரும் இல்லையா?'

'அல்லது?' என்று மறுபடி கேட்டேன்.

'உள் வட்டத்திலேயே ஒரு ஆசாமி, நிலையங்களின் டைரக்டர்கள், சுரங்கங்களின் மேல் அதிகாரிகள். உள் வட்டத்தில் ஒருவர்தான்!'

'சத்யா!' என்று ஆச்சரியம், பயம், அவநம்பிக்கை எல்லாம் கலந்து அந்த மூவரும் ஒலித்தார்கள். 'சத்யா! என்ன சொல்கிறீர்கள் நீங்கள்! இது எப்படி சாத்தியம்! உள்வட்டத்தில் ஒவ்வொருவரையும் உங்களுக்குத் தெரியும். எல்லாரும் சொர்க்கத் தீவின் ஆதாரமான கொள்கைகளை அமைத்தவர்கள். நம்புகிறவர்கள்...'

'மிஸ்டர் அய்ங்கார்! இந்தப் படங்களை மறுபடி உன்னிப்பாகப் பார்த்து, தயவு செய்து தயக்கம் இல்லாமல் சொல்லுங்கள்!'

விளக்குகள் அணைந்தன. மறுபடி படங்கள். இந்தத் தடவை ஒவ்வொன்றும் மூன்று நிமிஷம் நின்றன. முதலில், சத்யாவின் படம், பெரி, மெய், ஷோ எல்லாரும் பெரிய திரையில் என்னையே உற்றுப் பார்க்க, எனக்கு அந்த ஐடியா, மனத்தில் கொஞ்சம் கொஞ்சமாக உறுத்தியது. வற்புறுத்தியது. இவர்களில் ஒருவர்தான் என்று பொய் அடையாளம் காட்டிவிட்டால் என்ன!

சேச்சே. கூடாது. அது போல அநீதியான செயல் இருக்க முடியாது. எவனையோ காப்பாற்ற மற்ற எவனையோ பொய்யாகக் காட்டிக் கொடுப்பதா? அய்ங்கார்! அவர்கள் உன்னைத் துன்புறுத்தவில்லை. அவர்கள் சந்தேகம், சத்யாவின் சந்தேகம் தவறான பாதையில் இருக்கிறது. சத்யாவுக்கு இன்னும் முழு நம்பிக்கை இருக்கிறது. சாதாரணப் பிரஜையில் எவரும் புரட்சி செய்ய முடியாது என்று. அதுவரை கௌதம் தப்பிக்கிறான்.

'ம்ஹூம், இவர்களில் ஒருவரும் இல்லை' என்றேன்.

'நிச்சயம்?'

'நிச்சயம்.'

'மிஸ்டர் அய்ங்கார்! உங்களுக்குச் சற்று அதிகமாகவே சிரமம் தருவதற்கு மன்னிக்கவும்!'

'சிரமமில்லை, ஆனால்...' நான் மெய்யைப் பார்த்தேன். 'என்னையே உங்கள் எதிரியாக நினைப்பதை நீங்கள் தவிர்க்க வேண்டும். உங்களைச் சந்திப்பதற்கு முன் மெய் என்னிடம் பேசினது நன்றாக இல்லை! உண்மைதான். நான் உங்கள் சரண்!

உங்கள் கைதி! ஆனால் என் உதவி உங்களுக்குத் தேவை இருக்கும்வரை நீங்கள் என்னை முட்டாள்தனமாகக் கொல்ல மாட்டீர்கள் என நினைக்கிறேன்.'

'அதற்கெல்லாம் அவசியமில்லை திரு அய்ங்கார்... நீங்கள் பொய் சொல்வதை நிறுத்திவிட்டீர்கள் என நம்புகிறேன். முதலில் பொய் சொன்னீர்கள். அதையும் மறக்க மாட்டோம். பின்பு நீங்கள் சொன்னது நிஜம் என்பதும் எனக்குத் தெரியும். ஆனால் நீங்கள் முழு உண்மையை மறைக்கிறீர்கள் என்பதும் எனக்குத் தெரியும். அந்த உண்மைகளை நான் பிற்பாடு தெரிந்து கொண்டு விடுவேன். அதில் சந்தேகமில்லை. உங்களுக்கு உடனே ஸீரம் கொடுத்துக் கேள்வி கேட்க ஆசையாக இருந்தது எனக்கு. அதற்கு வேளை வரவில்லை. அது இன்று மாலை! நீங்கள் சொல்வது போல் உங்களுக்கு கம்ப்யூட்டர் அருகில்தான் வேலை. அதைச் சில தினங்களில் சரி செய்துவிடுவீர்கள் என்று நம்புகிறோம். உங்கள் நண்பன் கௌதம் பற்றிக் கவலையே படாதீர்கள். இன்னும் சில தினங்களில் அவனை உங்கள் முன் கொண்டுவந்து நிறுத்துகிறோம். வணக்கம்!'

ஸீரம்! என்ன அது?

கம்ப்யூட்டர் அறைக்கு மறுபடி வந்தபோது என் இன்ஜினியர் மூளைக்கு இரண்டு விஷயங்கள் தெளிவாக விளங்கின.

1. நான் ஒன்றும் தமிழ்ச் சினிமா கதாநாயகன் இல்லை. எனக்கும் என் உயிர்மேல் ஆசை உண்டு. அந்த கௌதமனின் கூட்டத்துக்கு உதவி செய்துவிட்டு (ஆசைதான் இருந் தாலும்) பஜ்ஜியாவதற்கு எனக்கு விருப்பமில்லை.

2. நான் திரும்பி இந்தியா செல்வதற்கு இவர்கள் கம்ப்யூட்டரை ரிப்பேர் செய்துகொடுக்கவேண்டும். அதுவரை நான் இங்கு இருந்தாக வேண்டும். நான் இருக்கும்வரை என்னை இரண்டு கட்சியும் தொந்தரவு செய்யப் போகிறது. பாத்ரூமைத் திறந் தால் கௌதமன் நிற்கப் போகிறான்! சத்யா ஸீரம் கொடுக்கப் போகிறான்! எனக்கு இதெல்லாம் தாங்காது. எனவே இவர்கள் புரட்சிகள் எல்லாம் நான் போன பிற்பாடு செய்து கொள்ளட்டும். எக்கேடு கெட்டுப் போகட்டும். எனக்கு சென்னை சென்று குளித்துவிட்டு ரம்மி ஆடவேண்டும். இங்கே முதுகில் கத்தி பாய்ந்து கடற்கரை ஓரமாக முடிந்து விட ஆசை இல்லை.

எனவே என் குறிக்கோள்.

கம்ப்யூட்டரை ரிப்பேர் செய்துவிட்டு ஓடுவது!

அபாரமான கம்ப்யூட்டர் அது. மூன்று மணி நேரம் சுத்தமாக அதனருகில் உட்கார்ந்தேன். முதன் முதல் அதன் மெஷின் பாஷையை அறிந்துகொண்டேன். கோடில் இருந்தது. ஒரு மைக்ரோ செகண்டில் (ஒரு செகண்டில் பத்து லட்சம் பகுதி) அது ஒரு ப்ரொக்ராமை முடித்துவிடுகிறது. முக்கியமான டெஸ்ட் பாயிண்ட்களில் ஆஸிலோஸ்கோப் வைத்து பல்ஸ்களைக் கவனித்தேன். திரும்பத் திரும்ப டீபக்கிங் ப்ரொக்ராமைப் போட்டுப் பார்த்தேன். ப்ராஸஸரில் இருந்த சில கார்டுகளை மாற்றிப் பார்த்தேன். மெமரியில் கை வைக்கச் சற்றுத் தயங்கினேன்.

மூன்று மணி நேரத்துக்குப் பின்பும் நான் ஆரம்பத்தில் இருந்த நிலையிலேயே இருந்தேன்.

கம்ப்யூட்டரைப் பழுது பார்க்கக் கொஞ்சம் அதிர்ஷ்டமும் வேண்டும். இந்த கம்ப்யூட்டரில் ஒரு தப்பு இருப்பது உண்மையே. அந்தத் தப்பை முதலில் வரவழைக்க வேண்டும். அந்த மூன்று மணி நேரமும் ஒரு தப்பும் நிகழவில்லை. சுத்தமாக எல்லா வேலைகளையும் செய்து காட்டிவிட்டு என்னைப் பார்த்துச் சிரித்தது கம்ப்யூட்டர்.

நான் நெற்றி வியர்வையைத் துடைத்துக்கொண்டேன். முயற்சி, இன்னும் நிறைய முயற்சி பாக்கி இருக்கிறது.

'எல்லாம் சரியாகத்தானே இருக்கிறது' என்றேன் மெய்யிடம்.

'பழுது நிகழும்வரை காத்திருக்க வேண்டியிருக்கிறது. சில வேளை நாட்கணக்காக நிகழாது.'

'காத்திருக்கலாம்' என்றேன்... 'எனக்குக் காப்பி வேண்டும். நிறைய காப்பி' என்றேன்.

'ஏன்?'

'நான் இங்கேயே இருக்கப் போகிறேன். நான் காத்திருக்கப் போகிறேன்!'

'இரவு முழுவதுமா?'

'ஆம். அதற்காகத்தானே நான் வந்திருக்கிறேன்.'

'கொஞ்சம் இருங்கள். சத்யாவிடம் சொல்லிவிடுகிறேன்... அவர் உங்களை....'

'என்னை?'

'கொஞ்சம் இருங்கள்!'

'மெய்! உங்களுக்கு கம்ப்யூட்டர் சரியாகவேண்டும், இல்லையா?'

'நிச்சயம் சரியாகவேண்டும் மிஸ்டர் அய்ங்கார். ஆனால் அதற்காக முழு நேரம் உங்களிடம் இதை ஒப்படைக்க முடியாது. இந்த மூன்று மணி நேரத்தில் எங்கள் உற்பத்தியை எவ்வளவு இழந்திருக்கிறோம் தெரியுமா?'

'நான் இதை முடித்துவிட்டுச் சீக்கிரம் வீட்டுக்குப் போக வேண்டும். இந்த இடத்து வானிலை சரியாக இல்லை.'

மெய் புன்முறுவல் செய்தான். 'அவ்வளவு சுலபமல்ல' என்றான்.

'எது, கம்ப்யூட்டரைப் பழுது பார்ப்பதா அல்லது இந்த இடத்தை விட்டுச் செல்வதா?'

அவன் பதில் சொல்லவில்லை.

மேலே என் வேலையைத் தொடர சத்யா எனக்கு அனுமதி தரவில்லை. நான் என் அறைக்கு அழைத்துச் செல்லப்பட்டேன். அங்கே எனக்கு காப்பி, பலகாரம் கிடைத்தது. ஊமைக் கோபத்துடன் என்னுள் பயம் இருந்தது. அந்த ஸீரம்! அதைப் பற்றிச் சொன்னானே! என்ன அது? நான் அவர்களிடம் நேற்றைய கடற்கரை நிகழ்ச்சியைப் பற்றிச் சொன்னது என்ன? ஒன்றும் இல்லை. கௌதம் என்னை கம்ப்யூட்டரைக் கொன்றுவிடச் சொன்னதைச் சொல்லவில்லை. லதா என்கிற அந்த நந்தினி எங்களுடன் கலந்துகொண்டதைச் சொல்லவில்லை. எல்லா வற்றையும் வரவழைக்க எத்தனை நேரமாகும்? கம்ப்யூட்டர் பற்றி கௌதம் பேசியதைத் தெரிந்துகொண்டால் என்னை இனிமேல் ரிப்பேருக்கு அனுமதிப்பார்களா? அப்படி என்றால் நான் எப்போது திரும்பிப் போவது? சிக்கல்!

'வரச் சொன்னார்' என்று கதவு திறந்ததும் பெரி என்னிடம் சொன்னான்.

'யார்?'

'சத்யா!'

'எதற்கு?'

'பேசுவதற்கு!'

'மருந்து கொடுப்பதற்கு! அதற்குத்தானே? இந்த நாட்டில் கோர்ட் கிடையாதா? ஐ மஸ்ட் சீ எ லாயர்' என்றேன்.

பெரி உதட் டோரத்தில் சிரித்தான். 'திரு அய்ங்கார், கவலைப் படாதீர்கள். நீங்கள் உண்மை பேசுங்கள். உங்களுக்கு ஒன்றும் ஆகாது.'

'நான் உண்மைதான் பேசினேன்.'

'உங்களுக்கு ஒன்றும் ஆகாது.'

சத்யாவின் அறைக்கு மறுபடி நான் செலுத்தப்பட்டேன். சத்யா சற்று அதிகப்படியான சந்தோஷத்துடன் இருந்தார். 'நீங்கள் கம்ப்யூட்டரில் முழுக் கவனம் செலுத்தியதைப் பற்றி மிகவும் சந்தோஷம். நீங்கள் சீக்கிரமே வெற்றி பெற்றுவிடுவீர்கள். நாளைக் காலை முதல் காரியமாக உங்கள் வேலையைத் தொடர லாம். இன்று இரவு - மன்னிக்கவும் - மறுபடியும் அந்தக் கடற் கரை சம்பவத்துக்குத் திரும்ப வேண்டியிருக்கிறது.

'அதுதான் எல்லாம் சொல்லி விட்டேனே!'

'சொல்லிவிட்டீர்கள். எல்லாம் சொல்லவில்லை.'

'சத்யா, ஐ அம் ஃபெட் அப். நான் தெரியாத்தனமாக அந்த லெட்டரைப் படித்துவிட்டேன். சிறுபிள்ளைத்தனமாக அறியாமையுடன் அந்தக் கடற்கரையில் நடந்தேன்! என்னை அந்த இயக்கத்துடன் சம்பந்தப்படுத்தாதீர்கள்...'

'இயக்கம்?'

சட்! தப்பான வார்த்தையை உபயோகப்படுத்திவிட்டேன்.

'மிஸ்டர் அய்ங்கார். நீங்கள் என்ன சொல்கிறீர்கள்? இயக்கம்! இயக்கம் என்றால் என்ன அர்த்தம்?'

'இயக்கம்... அவ்வளவுதான்.'

'மிஸ்டர் அய்ங்கார், அங்கே எவ்வளவு பேர் இருந்தார்கள்?'

'ஒருவன்தான்'

'இயக்கம் என்றால் என்ன அர்த்தம்?'

'நான் ஏதோ பேச்சுவாக்கில் சொன்னேன். ஒருவன்தான்.'

'அவன் உங்களுடன் பேசி இருக்கிறான். ஒரு இயக்கத்தைப் பற்றிச் சொல்லியிருக்கிறான்.'

'சத்யா, நான் சொல்லவேண்டியதைச் சொல்லிவிட்டேன். என்னிடம் இந்த தர்ட் டிகிரி எல்லாம் வேண்டாம். கம்ப்யூட்டரை ரிப்பேர் செய்து கொடுக்கிறேன். அடுத்த நிமிஷம் இந்த ஊரை விட்டு ஓடிவிடுகிறேன். நான் யாருடனும் பேசவில்லை. யாருடனும் கலக்கவில்லை. எனக்கு உங்கள் பொம்மைப் பெண்கள் வேண்டாம். நீச்சல்குளம் வேண்டாம். ஒரு ஸ்க்ரூ டிரைவர், ஆஸிலாஸ்கோப் போதும். ஆளை விடுங்கள். ப்ளீஸ்! என் அம்மா கவலைப்படுவாள்; என் தங்கை அழுவாள்...'

'மிஸ்டர் அய்ங்கார், உட்காருங்கோ!'

சத்யா, 'உக்காருங்கோ' என்கிறார். எதற்கோ பெரிசாக அஸ்தி வாரம் போடுகிறார்.

'நீங்கள் உண்மைதானே சொல்கிறீர்கள். உங்களுக்கு இதில் ஆட்சேபணை இருக்கக்கூடாது. உங்கள் நரம்பில் சிறிய ஊசி ஒன்று போடப்போகிறோம். அந்த ஊசி வலிக்கவே வலிக்காது. அது ஒரு ட்ரூத் ஸீரம். அது உங்கள் நரம்புகளையும் மூளை யையும் சற்றுத் தளர்த்தி விடுகிறது. நீங்கள் அதன் பாதிப்பில் பொய் சொல்வதற்கு மிக மிகப் பிரயத்தனப்பட்டாலும் முடியாது. வலிக்காது. ஏய்!'

'எனக்கு வேண்டாம். எனக்கு ஊசி வேண்டாம். ஊசி இல்லாம லேயே நான் நிஜம் சொல்லிவிட்டேன். ப்ளீஸ், என் உடம்பு அலர்ஜி உடம்பு. சத்யா, எனக்கு ஊசி போடாதீர்கள். எனக்கு அதெல்லாம் உதவாது. கேள்விகள் எத்தனை வேண்டுமானாலும் கேளுங்கள். எனக்கு ஊசி வேண்டாம்...' அல்மோஸ்ட் அழுதேன்.

'ஏன் மிஸ்டர் அய்ங்கார், ஏன்?'

'எனக்கு பயமாக இருக்கிறது.'

'பயப்படவே வேண்டாம். ஊசி குத்தப்போவது யார் பாருங்கள்! அழகான பெண்! வலிக்காமல் குத்துவாள். இதமாக இருக்கும். வா...'

நான் அந்தப் பெண்ணைப் பார்த்தேன்.

லதா!

11

அவள் என்னை உணர்ச்சியற்றுப் பார்த்தாள். இவளை நான் நேற்று சமுத்திரக்கரையில் பார்த்தேன். அதற்கு முன் விருந்தில்... இவள் கௌதமனின் நந்தினி! லதா என்கிற நந்தினி! அவளைப் பார்த்ததும் என் இதயம் சற்றுநேரம் நின்றுபோய் சற்று நேரம் அதிவேகமாக ஓடியது. அவள் என்னைப் பார்க்காததுபோல் என் சட்டை பட்டனைக் கழற்றி, என் உடைகளைத் தளர்த்தி, என்னை ஊசி குத்துவதற்கு ஆயத்தம் செய்தாள். ஒரே ஒரு தடவை மட்டும் அவள் கண்கள் என் கண்களைச் சந்தித்தபோது, 'நிச்சயம் அவற்றைச் சொல்லாதே' என்ற செய்தி இருந்தது. செய்தி கெஞ்சல் வடிவத்தில்.

நேராக நான், 'இந்தப் பெண்ணும்தான் சத்யா, நேற்று வந்திருந்தாள். இவள்தான் என்னை முதன்முதல் வம்புக்கு இழுத்தவள்' என்று சொல்லி இருக்கலாம். சொல்லவில்லை. நான் யார் கட்சி? எனக்கு ஒருவித அசட்டு தைரியம் வந்துவிட்டது. கொல்லமாட்டார்கள்! கொல்வதால் அவர்களுக்கு உபயோகமில்லை. சத்யாவுக்கு நான் மூன்று மணி நேரம் கம்ப்யூட்டரில் உட்கார்ந்தது தெரியும். எனக்குத் தேவை இருக்கிறது.

ஊசி போட்டால் நான் தளர்ந்துபோய் உண்மையைச் சொல்வேன் என்றால் எனக்கு ஊசி குத்தினது யார்? லதா என்கிற நந்தினி. ஊசி வேலை செய்யுமா, சொல்லுங்கள். செய்யாது. செய்யவில்லை. லதா என்கிற நந்தினி தன் உள்ளங்கையில் எழுதியிருந்த செய்தியை மற்றவர்கள் பார்க்காமல் இருக்க எனக்கு மிக அருகில் நின்று காட்டியபோது அதில் எழுதி இருந்தது. 'பயப்படாதே!' 'பயப்படாதீர்கள்!' என்று மரியாதையுடன் எழுதி இருக்கலாம். உள்ளங்கையில் இடம் இல்லைபோலும். நான் பயப்பட வில்லை. எதைப் பற்றிப் பயப்படுவது என்பது தெளிவாகத் தெரியவில்லை.

ஊசி வெறும் 'அக்வா'வாக இருக்கவேண்டும். இருந்தும் நான் வாயிலெடுக்க வருவதுபோல் பாசாங்கு செய்தேன். அருகே சென்று படுத்துக்கொண்டேன்.

அவர்கள் வெளிச்சத்தைத் தணித்தார்கள். 'மிஸ்டர் அய்ங்கார்!' என்று எனக்கு வெகு அருகில் இருந்த ஒருவன் தீவிரமாக ஒருவித பால் ரோப்சன் குரலில் தாழ்வாகச் சில கேள்விகள் கேட்டான். 'நேற்று கடற்கரையில்... நீங்கள்... என்ன... பார்த்தீர்கள்?' என்று தூண்டித் தூண்டிக் கேட்டான். நான் கஞ்சா அடித்த ஹிப்பி போல், 'சிலோகம்' என்றேன். 'எனக்குத் தூக்கம் வருகிறது' என்று மூக்கால் முணுமுணுத்தேன். அவன் என்னைக் குலுக்கி, 'என்ன பார்த்தீர்கள் கடற்கரையில்?' என்றான். நான் தள்ளாடித் தள்ளாடி... 'பாத்ரூம் போனேனா.. அங்கே லெட்டர் படிச் சேனா... மண்லே நடந்தேனா... அங்கே கொஞ்சம் பள்ளம் தோண்டி ஒன்றுக்குப் போனேனா.... அப்புறம் அந்த கௌதம் - அவன்தான் ரொம்ப நேரம் பேசினான். விடுதலை சொன்னான். தாகம் சொன்னான். என்னை ஒத்தாசை செய்யச் சொன்னான்.'

'என்ன ஒத்தாசை? என்ன ஒத்தாசை?

'சத்யாவை நேராகப் பார்க்கிறபோது சத்யாவைக் கழுத்தைப் பிடிச்சுத் திருகிடணுமாம்!'

நான் ஏன் கண்ணைத் திறக்கிறேன்? அடுத்த கேள்வி வரத் தாமதம் ஆனதிலிருந்து அவர்கள் மிகவும் திடுக்கிட்டிருக்கிறார்கள் என்று தெரிந்தது.

'அவன் மட்டும் தனியாகத்தான் இருந்தானா?'

‘நானும்கூட இருந்தேன்’ என்றேன். பொய்யே சொல்லக் கூடாது அல்லவா?

‘அவன், நீங்கள், இருவர் தவிர வேறு யாராவது வந்து சேர்ந்து கொண்டார்களா?’

‘ஆம்’ என்றேன். கண் விழித்துக்கொண்டேன். என் எதிரே வரிசையாக இல்லாமல் ஒருவன் நின்றுகொண்டும் ஒருவன் உட்கார்ந்துகொண்டும் இருக்க, சத்யா கூர்ந்து என்னை நோக்கி உட்கார்ந்திருக்க... அருகே லதா என்னை அசுவாரசியமாகப் பார்த்துக்கொண்டிருந்தாள்.

‘அப்புறம் வந்து சேர்ந்தது யார்?’ என்றார் சத்யா.

‘அமைதிப்படைக் காவல் ஆசாமி ஒருவன்’ என்றேன் லதாவின் முகத்தைப் பார்த்துக்கொண்டே. அவள் உதட்டோரத்தில் கொஞ்சம் சிரிப்பு தெரிந்தது.

‘நேற்றைய நிகழ்ச்சியில் நீர், அந்த கௌதம், அமைதிப்படைக் காவல் ஆசாமி மூவரைத் தவிர வேறு ஒருவரும் இல்லையா?’

‘இல்லை. அப்புறம் அந்தக் காவல்காரனை அந்தப் பழிகார கௌதமன் கொன்றுவிட்டான். நான் உதவி செய்யவில்லை என்றால் எனக்கும் அந்த கதி ஆகும் என்றான். அவன் கழுத்து எலும்பு முறிவதை நான் துல்லியமாகக் கேட்டேன். கட்டக்!

‘அப்புறம், அவனை நான் மண்ணில் புதைத்துக்கொள்கிறேன், நீ போ என்றான்... சத்யா என்னைக் காப்பாற்றுங்கள். என்னைக் காப்பாற்றுங்கள். அவன் எந்த நேரமும் என் கழுத்தை ஒடிக்க வருவான். என்னைக் காப்பாற்றுங்கள்.’

‘மிஸ்டர் அய்ங்கார் உங்களுக்குச் சற்றுமுன் காண்பிக்கப்பட்ட முகங்களில் கௌதம் என்பவனின் அடையாளம் யாரிடமேனும் இருந்ததா?’

‘மறுபடி காட்டுங்கள். எனக்கு ஞாபகமில்லை’ என்றேன்.

மறுபடி விஸ்தாரமாக அந்த ஸ்லைடுகள் எனக்குக் காண்பிக்கப் பட்டன. நான் ஒவ்வொருவனுக்கும் ஐந்து நிமிஷம் எடுத்துக் கொண்டு... ‘இல்லை இல்லை’ என்று சொல்லிக்கொண்டே போனேன்.

‘எனக்கு உடலெல்லாம் வலிக்கிறது. நாக்கு உலர்ந்து போயிருக்கிறது. என்ன மருந்து இது?’ என்றேன்.

என்னை நோக்கிக் கேட்டுக்கொண்டிருந்தவன் சத்யாவைப் பார்க்க, சத்யா போதும் என்று சைகை செய்ய, லதா என் அருகே வந்து என் சட்டை பட்டனைச் சீர்படுத்தி என் ஷூக்களைத் திருப்பி அணிவித்து சிசுருஷை செய்தாள்.

சத்யா என் அருகில் வந்து, ‘உங்களுக்குச் சிரமம் கொடுத்ததற்கு மன்னிக்கவும். கடைசியில் நீங்கள் உண்மையைச் சொன்னதற்கு நன்றி! ட்ரூத் ஸீரம் தவறுவதே இல்லை...’ என்றார்.

‘சத்யா! எனக்கு அச்சமாக இருக்கிறது. அவனைக் கண்டுபிடித்து விடுகிறீர்களா?’

‘கண்டுபிடித்து உங்கள் முன்னிலையில் நிறுத்திவிடுகிறோம். பயப்படாதீர்கள். அவன் ஒருவன்...’

‘இல்லை. அவன் ஒரு இயக்கம் பற்றிக்கூடப் பேசினான்.’

‘கவலைப்படாதீர்கள் மிஸ்டர் அய்ங்கார். நாங்கள் நிச்சயம் ஒருவனோ, இயக்கமோ கண்டுபிடித்துவிடுவோம். நீங்கள் அவனை அறவே மறந்துவிடுங்கள். கம்ப்யூட்டரைக் கவனியுங்கள். நீங்கள் போகலாம்...’

போவதற்கு முன் சத்யாவிடம், ‘மற்றொரு விஷயம்’ என்றேன்.

‘என்ன?’

‘ஒரு விருப்பம்.’

‘சொல்லுங்கள்’

‘தனியாகப் பேசலாமா?’

சத்யாவுடன் நடந்து சன்னலருகே வந்தேன். குரலைத் தழைத்துக் கொண்டேன். ‘லதாவை... லதாவை... இன்றிரவு எனக்கு அனுப்ப முடியுமா’ என்றேன். ‘நேற்று அவளை அந்த நிலையில் உங்கள் அறையில் பார்த்ததும்...’ குரலை இன்னும் தழைத்தேன். வெட்கப்பட்டேன்.

‘புரிகிறது மிஸ்டர் அய்ங்கார், லதா!’ என்று அவளை அழைத்தார்.

அவள் எங்களிடம் வந்தாள். மரியாதையாக, 'சத்யா' என்றாள்.

'இன்றிரவு நீ அய்ங்கார் அறைக்குச் செல்லவேண்டும்.'

'சத்யா மெல்லப் பேசுங்கள்' என்றேன்.

'சத்யா! நான் உடல் நிலையத்துக்குச் செல்லவேண்டும் இன்று' என்றாள்.

'வேண்டாம், அய்ங்கார் அறைக்குச் செல். அவர் சொல்படி கேள். என்ன! அய்ங்கார், இவள் விரல்கள் மிக நளினமானவை... அவள் ஷாம்பூ குளியல் அபாரமாகச் செய்வாள்.'

மறுபடி என் அறைக்கு வந்தபோது இருட்டிவிட்டது. என் உடலில் கொஞ்சம் நடுக்கம் இருந்தது. உள்ளத்தில் பயமும் சந்தேகமும் மாறி மாறித் தோன்றியது. அவர்கள் கெட்டிக்காரர்கள். அவர்களிடத்தில் விதம் விதமான சாதனங்கள் இருக்கின்றன. நானும் ஒரு விதத்தில் கெட்டிக்காரன். என்னிடம் இருக்கும் ஒரே சாதனம் என் தலைக்குள் இருக்கும் பழுப்பு சமாச்சாரம். நான் இந்த அறையில் இருக்கும்போது என் சலனங்களைக் கவனிக்க டெலிவிஷன் மானிட்டர் இருக்கிறது. இந்த அறையில் அந்தப் பெண்ணுடன் நான் இருந்தபோது நடந்ததை முழுவதும் பதிவு செய்தது. அதை எனக்கு சத்யா திரும்பப் போட்டுக் காண்பித்தார். அது ஞாபகம் வந்தது. அந்த கேமராவின் கண் எங்கே இருக்கிறது? அதை முதலில் கண்டுபிடிக்கவேண்டும்.

படுக்கையில் படுத்துக்கொண்டு நிதானமாக விட்டத்தை ஆராய்ந்தேன். மேலேதான் இருக்கவேண்டும். நான் நேற்று பார்த்த ரீப்ளேயின் கோணம் அப்படித்தான் இருந்தது.

மேலே இடது ஓரத்தில் இருந்தது ஒரு சிறிய கேமராவின் லென்ஸ். சுவரில் பதிந்திருந்தது. அதைச் சுற்றி சுவரோடு சுவராக அழுத்தப்பட்ட நீண்ட சதுரத் தகடு தெரிந்தது. நான்கு ஸ்க்ரூக்களின் தலை தெரிந்தது.

நான் மேசையருகே சென்று அதன் இழுப்பறையில் தேடினேன். அழகான ஒரு கத்தி இருந்தது.

உள்ளே கதவைத் தாளிட்டுக்கொண்டேன். சுவரோடு சுவராக அந்த கேமராவின் கோணத்தில் விழாதபடி நடந்து ஒரு ஸ்டூலின் மேல் மற்றொரு ஸ்டூல் அமைத்து மிக நிதானமாக அந்த நாலு

ஸ்க்ரூக்களையும் அந்தக் கத்தியால் கழற்றினேன். அந்தத் தகட்டை எடுத்தேன். உள்ளே கேமராவின் இணைப்புகள். ஒரு ஜங்ஷன் பாக்ஸ், ஒரு சிறிய மைக்ரபோன் எல்லாம் இருந்தன.

அப்படியா செய்தி!

நான் அவற்றை ஒன்றும் செய்யவில்லை. மறுபடி அந்தத் தகட்டை மேலாக மூடிவிட்டு ஜாக்கிரதையாக இறங்கி விட்டேன். அறைக் கதவைத் திறந்துவிட்டேன்.

டெலிபோனில் பீத்தோவன் போடச்சொல்லி, கொஞ்ச நேரம் வயலின் ஒலிப்பின்னல்களின் ஊடே சோம்பேறித்தனமாகப் படுத்திருந்தேன்.

சற்றுக் கண்ணயர்ந்தேன்.

விழித்துப் பார்த்தபோது லதா என் எதிரே நின்று கொண்டிருந் தாள். 'குட் ஈவினிங்' என்றேன்.

அவள் என் அருகில் உட்கார்ந்தாள்.

'நீ வந்ததில் எனக்கு மிக்க மகிழ்ச்சி...'

லதா எழுந்து சுவரோடு சுவராகச் சென்று நீண்டு தொங்கிய திரைகளின் ஊடே மறைந்து அந்த இருட்டிலிருந்து எனக்குச் சைகை செய்தாள். நானும் திரைக்குள் சென்றேன். டெலிவிஷன் எங்களை அங்கிருந்து பார்க்க முடியாது. நான் அவளை வாசனை பார்க்கும் அளவுக்கு முகத்தின் அருகில் இருக்க, என் காதருகில் சொன்னாள்.

'நாம் செய்யும் ஒவ்வொன்றும் பதிவாகிறது. நாம் பேசும் ஒவ்வொன்றும் பதிவாகிறது. இந்த அறையில் ரகசியமே முடியாது' என்றாள். 'கவலைப்படாதே' என்று நான் அவளை வெளியே அழைத்துப் படுக்கையில் உட்காரச் சொன்னேன். அறையை உள் பக்கம் தாளிட்டேன். அவள் தயாரானாள். நான் சுவரோடு சுவராக மறுபடி ஸ்டூல் இட்டுக்கொண்டு அந்தக் கத்தியால் தகட்டை நெம்பினேன். உள்ளே கேமராவுக்கும் மைக்ரபோனுக்கும் வருகிற சப்ளை பாயிண்டுகளை நீக்கினேன்.

கீழே இறங்கிவந்து, 'இப்போது பேசு!' என்றேன்.

அவள் 'ஷ்' என்றாள்.

‘பயப்படாதே! இனி...’ அவள் என் வாயைப் பொத்தினாள். மேஜை அருகே சென்றாள். சைகையில் என்னை வா என்று அழைத்தாள். அங்கு ஒரு மைக்ரபோன் இருந்தது. அப்புறம் ஃபயர்ப்ளேஸ்போல் இருந்த இடத்தில் மற்றொரு மைக்ரபோன்.

நான் அவற்றைப் பிரித்துப் பிடுங்கினேன்.

‘இப்போது பேசுங்கள்’ என்றாள்.

‘டெலிவிஷன் அந்த ஒரு இடத்திலும், வெளியே நீச்சல் குளத்திலும்தான் இருக்கிறது. மைக்ரபோன் மூன்று இடங்களில். எனக்கு எல்லாம் தெரியும்!’ என்றாள்.

‘ஒன்றுமே இல்லை என்றால் சந்தேகப்படமாட்டார்களா?’

‘விளக்கை அணைத்துப் படுத்துக்கொண்டிருக்கிறார்கள் என்று நினைத்துக் கொள்வார்கள்... மறுபடி நாளைக் காலைக்குள் இணைத்துவிட வேண்டும்!’

‘லதா!’

‘இல்லை, நந்தினி!’ என்றாள்.

‘நந்தினி! உனக்கு புத்திமதி சொல்லுவதற்கே நான் உன்னை அழைத்தேன். உங்கள் இயக்கத்துக்கு உதவி செய்வதற்கு அல்ல.’

‘மிஸ்டர் அய்ங்கார், நீங்கள் எங்களுக்கு உதவி செய்துதான் ஆகவேண்டும். அவர்களால் கௌதமனைக் கண்டுபிடிக்க முடியாது. அவர்களிடம் இருப்பது கௌதம் என்கிற பெயர் மட்டும்தான். ஆனால் நேரம் அதிகமில்லை. அவர்களுக்கு இதுவரை இந்த மாதிரி இயக்கம் இருக்கிறதே தெரியாது. இப்போது தெரிந்துவிட்டது. அவர்கள் விதிமுறைகள் மாறி விட்டன. ஏற்கனவே ஆணை பிறப்பித்துவிட்டார்கள். அடுத்த முழு வாரமும் ட்ரீட்மெண்ட் கொடுக்கும்போது அமைதிப்படை ஆசாமி காவல் இருந்து மேற்பார்வை பார்க்கவேண்டும் என்று. நாங்கள் இதுவரை ட்ரீட்மெண்டைத் தப்பி வந்திருக்கிறோம். ஆனால் மறுபடி ஆரம்பித்துவிட்டால் எங்கள் மனங்கள் மாறிவிடும். ஒன்றும் செய்ய முடியாது.’

‘புரியவில்லை’ என்றேன்.

‘இதுவரை நாங்கள் மெஷின் அருகில் சென்று மருந்து எடுத்துக் கொள்வதுபோல் பாசாங்கு செய்துவந்தோம். இப்போது

மெஷின்களை மேற்பார்வை செய்யப்போகிறார்கள். இனி பாசாங்கு இயலாது. மருந்து தினம் எடுத்துக்கொண்டே ஆக வேண்டும். ஒரு வாரம் எடுத்துக்கொண்டால் போதும், மறுபடி பழையபடி ஆகிவிடுவோம். எங்கள் புதிய உணர்ச்சிகள் எல்லாம் அடங்கிவிடும்.'

'நான் என்ன செய்யவேண்டும்?' என்றேன்.

'கௌதம் சொல்வான்.'

'கௌதமா?'

'ஆம், அவன் இப்போது இங்கு வரப்போகிறான்' என்றாள்.

பால்கனியின் கண்ணாடிக் கதவில் கீறும் சப்தம் கேட்டது. அருகில் ஓர் உருவம் தெரிந்தது.

'கௌதம்தான்' என்று திறக்கப் போனாள் லதா என்கிற நந்தினி.

12

கண்ணாடிக் கதவைத் திறந்துகொண்டு உள்ளே நுழைந்த உருவம் - கௌதம் - ஆசுவாசப்படுத்திக் கொண்டு, படுக்கையில் உட்கார்ந்துகொண்டு வாய் வழியாக மூச்சுவிட்டான். சற்று நேரம் மௌனமாக இருந்தான். என் இதயம் படக் படக்கென்று அடித்துக்கொள்ள... எந்த நேரமும் கதவு திறந்து... அமைதிப்படை வந்துவிட்டால் நான் - ஐ மீன், நானும் அவர்களும் அதோகதி அல்லவா?

கௌதம் மெதுவாகப் பேசினான். 'அதிகச் சமய மில்லை மிஸ்டர் அய்ங்கார்' என்றான்.

'கௌதம், நீ சாதாரணமாகப் பேசலாம். அய்ங்கார் மைக் இணைப்பை விலக்கிவிட்டார். டிவியையும் கலைத்துவிட்டார்' என்றாள் நந்தினி.

'அப்படியா! வந்தனம். நீங்கள் எங்களுக்கு உதவி செய்ய ஆரம்பித்து விட்டீர்கள். எனக்கு மிகச் சந்தோஷம்!'

'சந்தோஷமாவது? எனக்கு வயிற்றில் பயம் கனமாக இருக்கிறது. உங்களுடன் என்னை சத்யா பார்த்துவிட் டால் மிக ஆபத்து. சீக்கிரம் நீங்கள் போய்விடுவது நல்லது.'

'சீக்கிரம் நான் போய்விடுகிறேன். அதற்குமுன் ஒரே ஒரு விஷயம். நான் நேற்று கேட்டுக்கொண்டபடி நீங்கள் உதவி செய்யவேண்டும்.'

'கம்ப்யூட்டரா? அது முடியாத காரியம். என்னை கம்ப்யூட்டருடன் அவர்கள் தனியாக இருக்க அனுமதிப்பதில்லை. தனியாக அனுமதித்து அதன் முக்கிய நரம்பை நான் வெட்டிவிட்டாலும் விஷயம் தெரிந்துவிடும். மிக உடனே! நான் உங்களுக்காக அனுதாபப்படுகிறேன். ஆனால் இந்த ரீதியில் உதவி செய்ய முடியாத நிலையில் இருக்கிறேன். இது முட்டாள்தனமான திட்டம்.'

'மிஸ்டர் அய்ங்கார், சத்யாவின் அராஜகத்தைத் தகர்த்தெறிய வேறு வழி இல்லை. அந்த கம்ப்யூட்டர் இந்த நகரத்தின் இருதயம். அதை அழித்தால் இந்தத் தீவின் தினசரி ஸ்தம்பித்து விடும். இந்தத் தீவின் ஆணைகள் நிறைவேறாமல்... இந்தத் தீவின் பிரஜைகளை அடிமைப்படுத்தும் மருந்துகள் கொடுக்கப் படாமல், அவர்களின் உண்மை உள்ளங்கள் விழிப்படையும். அவர்களின் உண்மைக் கோபங்கள் வெளிவரும்.'

'கம்ப்யூட்டரை நான் கெடுப்பது நிச்சயம் முடியாத காரியம், மற!'

கௌதம் யோசித்தான்.

'கௌதம், நீ எப்படி வந்தாய்?' என்றாள் நந்தினி.

'பின்புறம் இரும்புப் படிகள் இருக்கின்றன. மிஸ்டர் அய்ங்கார்! ஒன்று செய்யுங்களேன். அந்த கம்ப்யூட்டரின் எந்தப் பாகத்தில் சிக்கனமாகக் கை வைத்துப் பிடுங்கிவிட்டால் அது சக்தி இல்லாமல் போய்விடும்? அதை எனக்குச் சொல்லிக் கொடுங்கள். நீங்கள் அதில் விஷயம் தெரிந்தவராயிற்றே!'

'சொன்னால்?'

'நான் போய் அதைக் கெடுத்துவிட்டு வருகிறேன்!'

'ஏன் இப்படி முட்டாள்தனமான ஐடியாக்கள் எல்லாம் வைத்திருக்கிறீர்கள்? கம்ப்யூட்டரைப் பற்றி உங்களுக்குத் தெரியாது. அதனால்தான் இப்படிப் பேசுகிறீர்கள். அதன் முன் பக்கத்துப் பார்வைகள் எல்லாம் பூட்டி இருக்கும். சாதாரணமாக அதைத் திறப்பதில்லை. நீங்கள் குறிப்பிட்டபடி அதன் இதயம்

என்பதெல்லாம் பேனலைத் திறந்து, யூனிட்டுகளைப் பிடுங்கி உள்ளே... உள்ளே இருக்கும் கார்டுகளில் இருக்கிறது. பேனலைத் திறந்தாலே கட்டடம் முழுவதும் அலாரம் கொடுக்க அவர்கள் ஏற்பாடுகள் செய்திருக்கிறார்கள். அந்தக் கட்டடத்தையே எழுப்ப உங்களுக்கு உத்தேசம் என்றால் இப்படிச் செய்யலாம். மேலும் எல்லா யூனிட்டுகளுக்கும் ஸ்பேர் இருக்கிறது. நீ ஒன்றைப் பிடுங்கினால் மற்றொன்றைச் செருகுவதற்குச் சரியாக மூன்று நிமிடங்கள்தான் ஆகும். கௌதம், உங்களுக்கு புத்தி சொல்வதற்குத்தான் நந்தினியை இங்கு அழைத்தேன். நான் ஒரு அந்நியன். நீங்கள் போராடுவது ஒரு தேர்ந்த விஞ்ஞான அமைப்புக்கு எதிராக. உங்களிடம் ஆயுதம் இல்லை! ஆள்பலம் இல்லை. பத்து பேர் போதாது. சும்மா ஊமைக் கோபம் மட்டும் ஆயுதமாகாது. அதில் என்னை வேறு இழுத்துவிட்டு, பத்துக்குப் பதில் பதினொன்றாக என்னையும் பலி வாங்கி விடுவார்கள்... புரட்சிகள் நடத்த இத்தனை அவசரம் கூடாது...'

'அய்யா! அவசரம் எதனால் சொல்லட்டுமா? அவகாசம் இல்லாத தால். நாளையிலிருந்து எல்லாருக்கும் அமைதிப்படையின் மேற்பார்வையில் மருந்து கொடுக்கப்படும். இனி எங்களால் பாசாங்கு செய்ய முடியாது. மருந்தை எடுத்துக் கொண்டே ஆகவேண்டும். மருந்து கொடுக்கத் தொடங்கி ஒரு வாரத்தில் நாங்கள் மந்தமாகிவிடுவோம். இந்தப் புதிய பிரக்ஞைகள் எல்லாம் இழந்து அந்த ஆட்டுக் கூட்டத்தில் ஒருவராக ஆகி விடுவோம். இன்றிரவு ஏதாவது நடந்தாக வேண்டும்! இல்லையேல்... இனி எப்போதும் இல்லை.'

'இந்த வழி ஒரு தற்கொலை வழி, நிச்சயம்! 'சக்கரவர்த்தி ராஜகோபாலாச்சாரியார்' என்று சொல்வதற்குள் நீங்கள் அகப்பட்டுக் கொண்டுவிடுவீர்கள்?'

'அகப்பட்டுக் கொண்டால் என்ன மிஸ்டர் அய்ங்கார்? எங்களைச் சாகடித்து விடுவார்கள்! அவ்வளவுதானே? நாளை நாங்கள் என்ன ஆகப் போகிறோம்? மெதுவாகச் சாக ஆரம்பிக்கப் போகிறோம். அதற்கு பதில் முயன்று பார்த்துவிட்டுச் சாவது பெரிதல்லவா? ஒருவேளை வெற்றி பெற சந்தர்ப்பம் இருக்கிறதல்லவா?'

'நீ என்ன சொல்லுகிறாய்?'

'இந்த கம்ப்யூட்டரைக் கொல்ல என்ன செய்ய வேண்டும். சொல்லுங்கள். நானும் நந்தினியும் போய் முயன்று பார்க்

கிறோம்... நீங்கள் சுகமாக உறங்குங்கள்... நாங்கள் அகப்பட்டால் சத்தியமாக உங்களைப் பற்றி ஒரு வார்த்தை சொல்ல மாட்டோம்.'

'நான்தான் கௌதமனை அழைத்துக்கொண்டு வந்தேன். எனக்குத்தான் அனுமதி இருக்கிறதே என்று சொல்லி விடுகிறேன். நீங்கள் அதைப்பற்றிக் கவலைப்படவேண்டாம்.' என்றாள் நந்தினி.

நான் யோசித்தேன். என்னைக் கோழை என்று காட்டுகிறார்கள்! ஜப்பானியத் தற்கொலைப்படை போலப் பைத்தியக்காரத் தனமான முயற்சி! நானும் கூடச் சென்றால் என்ன? ம்ஹூம், என்ன எழவுடா இது? சரியான சிக்கல்!

'என்னைச் சற்றுநேரம் யோசிக்க விடுங்கள்!'

ஒரு இன்ஜினியரின் மூளை செஸ் ஆட்டக்காரன்போல் வேலை செய்யவேண்டும். எத்தனை சாத்தியங்கள் உள்ளனவோ அனைத்தையும் யோசிக்கவேண்டும். அவற்றில் சிறந்ததைத் தேர்ந்தெடுக்கவேண்டும்.

சாத்தியம் ஒன்று

'நான் சொல்ல மறுத்தால், என்ன செய்வீர்கள்?' என்றேன்.

கௌதம், 'அன்று இரவு அந்த அமைதிப்படைக் காவலாளியை நான் என்ன செய்தேன், ஞாபகமிருக்கிறதா உங்களுக்கு?'

'அவனைக் கொன்றாய்!'

'உங்களையும்... மன்னிக்கவும்... கொல்லத் தயங்க மாட்டேன்.'

'என்னை அவ்வளவு சுலபமாகக் கொன்றுவிடலாம் என்று நினைக்கிறாயா?'

'எழுந்து நில்லுங்கள் அய்ங்கார், யார் பலசாலி என்று பார்க்கலாம்.'

அவன் என் உயரம்தான் இருப்பான், என்னைவிட ஒரு ஐந்து பவுண்டு அதிகமாக எடை இருக்கலாம். கொன்றுவிடுவானா என்ன?

கௌதம் என் கையைப் பற்றி, சற்றுக் குறைந்த சிநேகிதத் தன்மையுடன் இழுத்தான். எதிரே மேஜைமேல் முழங்கை பாகத்தில்

பதிய வைத்து, கைக்குக் கை எதிர்த்தோம். 'என் கையைச் சரியுங்கள் பார்க்கலாம்' என்றான்.

அவன் கை இரும்பாக இருந்தது. ஒரு இஞ்ச் நகர்த்த முடிய வில்லை. 'எனக்கு பழக்கமில்லை இதில்' என்றேன்.

நந்தினி, 'என்னுடன் முயற்சிக்கிறீர்களா?' என்றாள்.

'என்ன!' என்றேன்.

'இதே பயிற்சி. சொர்க்கத் தீவில் எங்களுக்குப் புஷ்டியான ஆகாரம் கொடுக்கிறார்கள்.'

'இது என்ன ஜூடோ பந்தயமா?'

'நாங்கள் இருவர் இருக்கிறோம்... உங்களைக் கொல்லத் தயங்க மாட்டோம்.'

'பயம் காட்டுகிறீர்கள். சத்யாவுக்கு டெலிபோன் செய்யவா?'

'செய்யுங்கள்.'

டெலிபோனை எடுத்தேன். அவர்கள் மென்மையாகக் காத்திருந் தார்கள்... டெலிபோன் செத்துப் போயிருந்தது.

'ஸ்விட்ச் போர்டில் நம் ஆள் ஒருவன் இருக்கிறான். நீங்கள் தீவுக்கு வந்த தினம் உங்களுக்கு ஒரு போன் செய்தி வந்ததே, ஞாபகம் இருக்கிறதா?'

சாத்தியம் இரண்டு

'கௌதம், நீ ஆயுதம் ஏதாவது வைத்திருக்கிறாயா?'

'ஒரு கத்தி இருக்கிறது.'

'அதைக் காட்டு!'

கௌதம் தன் கால் பூட்ஸிலிருந்து ஒரு கத்தியை உருவினான். 'நானே செய்தது. ஒளித்து ஒளித்துச் செய்தது. ஆளைக் கொல்ல இது போதும்!'

கத்திய சின்னதாக இருந்தது. மிகவும் தீட்டப்பட்டு, மிகவும் கூர்மையாக!

சாத்தியம் மூன்று

'கௌதம், கம்ப்யூட்டரின் இன்ன இடத்தில் திறந்து இங்கே வெட்டு என்று நான் உங்களுக்குச் சொன்னால் அது உங்களுக்குப் புரியப்போவதில்லை. மெயின் ஸ்விட்சை ஆஃப் பண்ணினால் உடனே ட்ரிக்கிள் சார்ஜில் இருக்கும் பேட்டரி இயங்கத் தொடங்கிவிடும். சர்க்யூட் ப்ரேக்கரை ட்ரிப் பண்ணினால் முப்பது செகண்டுக்குப் பின் அதுவே ரீசெட் ஆகும்படி வைத்திருக்கிறார்கள். அலாரம் எல்லாம் பைபாஸ் செய்து உள்ளே புகுந்து அங்கு தொடங்கி சிதைக்க வேண்டும். அதற்கு என் உதவி இல்லாமல் உங்களால் ஒன்றும் செய்ய முடியாது. எனவே நீங்கள் என்னைக் கொல்வதில் அர்த்தமில்லை. ஒரே ஒரு முறையில்தான் இது முடியும்!'

எதற்காக அதை அவர்களிடம் சொன்னேன் என்று இப்போது யோசித்துப் பார்த்தால் சரியான பதில் எனக்கு அகப்பட மாட்டேன் என்கிறது. என் உள் மனத்தில் அவர்களுக்கு உதவி செய்யும் ஆசை நிச்சயம் இருந்திருக்கிறது. இல்லாவிட்டால் என் கழுத்தை கருக்குக் கயிற்றுக்குள் அவ்வளவு தூரம் துருத்திக் கொண்டு நீட்ட வைக்கும் அந்தத் திட்டத்தை அவர்களிடம் சொல்லி இருப்பேனா! சொன்னதால் அதற்குப்பின் நிகழ்ந்த வினோத சம்பவங்களுக்கெல்லாம் நானே காரணம் ஆகி விட்டேன்.

என்ன சொன்னேன்?

'நந்தினி! இப்போது அந்த கம்ப்யூட்டர் அறையில் யார் இருப்பார்கள்?'

இப்போது ஒருவரும் இருக்கமாட்டார்கள். கம்ப்யூட்டர் தானாக இயங்கிக்கொண்டிருக்கும்.'

'அறை பூட்டியிருக்குமா!'

'சாவி இருக்கிறது. நந்தினியின் உதவியால் அதற்கு ஒரு பிரதி செய்துவைத்திருக்கிறேன்!' என்றான் கௌதம்.

'சரி, நாம் அங்கே செல்லலாம். எனக்கு அலாரம் பைபாஸ் எப்படிச் செய்வது என்பது தெரியும். எந்த இடத்தில் எதை வெட்டுவது என்பது தெரியும்... அப்படி ஏதாவது தப்பாக நிகழ்ந்து நாம் அகப்பட்டுக்கொண்டால்...'

'அகப்பட மாட்டோம் மிஸ்டர் அய்ங்கார்.'

'சத்யாவின் மாயாஜாலங்களைப் பற்றி உனக்குத் தெரியாது. அகப்பட்டுக்கொண்டால் என்ன செய்யவேண்டும் என்பதை முன்னால் தீர்மானிக்காமல் இந்த இடத்தைவிட்டு நகரக் கூடாது. காவல் எப்படி?'

'கம்ப்யூட்டர் அறை வாயிலில் ஒருவன் இருப்பான்.'

'அவனை என்ன செய்ய உத்தேசம்?'

'நான் கவனித்துக்கொள்கிறேன்' என்றான் கௌதம். கத்தியைத் தொட்டுக்கொண்டான்.

'கொல்லக்கூடாது.'

'பார்க்கலாம்! முடியவில்லை... பத்திரமில்லை என்றால் நீங்கள் எந்த நிமிடமும் விலகி மறுபடி அறைக்கு வந்துவிடலாம்.'

'சரி! அதற்கு முன் கவனி. சொல்லவேண்டியது ஒன்று இருக் கிறது. நாம் அகப்பட்டுக்கொண்டால் நான் உங்களுடன் வந்த தற்கு என்ன காரணம் சொல்வேன், தெரியுமா? உங்கள் இருவரை யும் உடனே காட்டிக்கொடுக்கும் காரணம்! நீ என் அறையில் பலவந்தமாக நுழைந்து, உன் கத்தியை என் முதுகில் பதித்து, உங்களுக்கு உதவி செய்யவில்லை என்றால் உடனே என்னைக் கொன்றுவிடப் பயமுறுத்தியதால் வேறு வழியின்றி நான் உங்களுடன் வந்ததாகச் சொல்லிவிடுவேன். சம்மதமா?'

'சம்மதம்' என்றனர் இருவரும்.

'வீ கோ' என்றேன்.

அலமாரியைத் திறந்தேன். ஒரே ஒரு பேண்ட்டும் சட்டையும் ஒழுங்காக மடித்து ஹாங்கரில் தொங்கிக்கொண்டிருக்க, என் பைஜாமாவை உதறிவிட்டு அவற்றை அணிந்துகொண்டேன்.

மெதுவாகக் கதவைத் திறந்து ஆராய்ந்தான் கௌதம். 'வாருங் கள்' என்று சைகை காட்டினான்.

மூவரும் கம்ப்யூட்டர் அறையை நோக்கிப் புறப்பட்டோம்.

நந்தினி எங்களைத் திறமையுடன் அவசரத்துடன் நீண்ட காலி யான காரிடார்களின் ஊடே அழைத்துச் சென்றாள். கம்ப்யூட்டர்

அறை இருக்கும் மாடிக்கு முதல் மாடியிலேயே நாங்கள் லிஃப்டை விட்டு வெளிப்பட்டுவிட்டோம். 'இங்கேயே இருங்கள்' என்று சொல்லிவிட்டு, கௌதம் மட்டும் படிகளில் ஏறிச் சென்றான். 'கௌதம், கொல்லாதே' என்றேன் நான்.

'கவலைப்படாதீர்கள்' என்றான்.

சற்று நேரம் என் இதயம் தொண்டைவரை மேலே வந்து விட்டது. காதோரத்தில் சிலிர்த்தது. நந்தினி தன் நகங்களைப் பார்த்துக்கொண்டு காத்திருந்தாள். இந்த இடத்திலேயே விட்டுவிட்டுத் திரும்ப ஓடிவிடலாம் என்று திடீரென்று என் கால்களில் ஒரு ஆசை ஏற்பட்டது. சரியான வம்பில் மாட்டிக் கொள்ளப் போகிறேன்! 'அறைக்குள் நுழைந்துவிட்டால் போதும் இல்லையா?' என்றாள் நந்தினி.

'ம்' என்றேன்.

கௌதம் வந்தான். 'பாதை சுத்தமாகிவிட்டது' என்றான்.

'என்ன செய்தாய் அவனை' என்றேன்.

'அப்புறம் சொல்கிறேன். அதிகம் நேரமில்லை' என்றான்.

என்ன செய்தான்? பின் மண்டையில் அடித்தானா? இல்லை முதுகில் கத்தி பாய்ச்சினானா?

நாங்கள் அங்கே சென்றபோது அறை முகப்பில் ஒருவரும் இல்லை.

'எங்கே அவன்?' என்றேன்.

'பாத்ரூமில் தள்ளி இருக்கிறேன்.'

கதவருகில் சென்று, பைக்குள்ளிருந்து சாவி எடுத்து, அதை துவாரத்தில் செருகி...

எத்தனை யுகங்கள்!

ஒரு தடவை, இரண்டு தடவை, மூன்று தடவை...

அறை திறந்துகொண்டது.

'சீக்கிரம், சீக்கிரம்!'

நாங்கள் உள்ளே நுழைய, கதவை மூடிக்கொண்டோம்.

கம்ப்யூட்டர் அறையில் ஒரே ஒரு விளக்கு எரிந்துகொண்டிருந்தது. கம்ப்யூட்டர் வேலை செய்துகொண்டிருந்தது. அதன் கண்ட்ரோல் பேனல் விளக்குகள் நீல - ஆம்பர் - பச்சை - சிவப்புகளில் எரிந்துகொண்டிருக்க, அதன் டிஸ்க் மெமரி சப்தம் கேட்டுக்கொண்டிருக்க...

உயிருடன் இருந்தது.

மெய் அதன் சாவியை வைக்கும் அலமாரிக்குச் சென்றேன். அலமாரியில் டூல் பாக்ஸ் இருந்தது. சாவியை எடுத்துக்கொண்டேன். பெரிய ஸ்க்ரூ டிரைவர் ஒன்று எடுத்துக்கொண்டேன். கம்ப்யூட்டரின் பின்பக்கத்தில் இருந்த ஒரு ஸ்விட்சை முதலில் தட்டினேன். அலாரம் பைபாஸ்டு என்று கண்ட்ரோல் பேனல் விளக்கு எரிந்தது. இனி கம்ப்யூட்டரில் என்ன செய்தாலும் சங்கு ஊதாது. சிவப்பு விளக்கு எரியாது. வெளியே எச்சரிக்கை சிக்னல்கள் போகாது. இந்த வசதி பழுது பார்ப்பதற்கு அவசியமான வசதி. இல்லையெனில் ஒவ்வொரு தடவையும் பழுது பார்ப்பதற்காகக் கம்ப்யூட்டரைத் திறக்கும்போது இம்மாதிரி இரைச்சலிட்டால் வேலை நடக்காது. அதற்காக இந்த பை பாஸ் ஸ்விட்ச்.

எனக்கு எக்கச்சக்கத்துக்கு வேர்த்துவிட்டது.

'கௌதம், யாராவது வருகிறார்களா பார்?'

'யாரும் இல்லை மிஸ்டர் அய்ங்கார். கம்ப்யூட்டரைத் திறவுங்கள்! சீக்கிரம்!'

நான் கம்ப்யூட்டரைத் திறந்தேன். ஸ்க்ரூ டிரைவரை எடுத்து ரேக் மவுண்டிங் ஸ்க்ரூக்களை ஒவ்வொன்றாகக் கழற்றினேன். டிராயர் போல் வெளியே வழுக்கும் யூனிட்டுகள். சிபியூ என்கிற சென்ட்ரல் ப்ராஸஸிங் யூனிட்டை இழுத்தேன். என் விரல்கள் தயங்கின.

எத்தனை சின்னச் சின்ன, எத்தனை கோடி கோடிச் செய்திகள் சுற்றிவரும் விஞ்ஞான விந்தை இது...

ஐசி சிப்களை ஒழுங்காக அமைத்து, அவற்றுக்கிடையே பளபளக்கும் வரிவரியான இணைப்புகள்... வர்ண வர்ண ஒயர்கள்... அதன் இதயம்.

எனக்குக் கொஞ்சம் அதன்மேல் இரக்கமாக இருந்தது. இதை இணைப்பதற்கு எத்தனை மூளைகள், எத்தனை படித்து, எத்தனை பாஸ் பண்ணிவிட்டு, எத்தனை இரவுகள் கண் விழித்து, எத்தனை யோசித்து இணைத்திருக்கவேண்டும்.

கலைப்பதற்கு? ஒரு கட்டர், சில நிமிடங்கள். சே! நான் செய்யப் போவது கொலைக்கு ஈடான குற்றம்.

'அய்ங்கார்! சீக்கிரம்! சீக்கிரம்!'

நான் கட்டரை எடுத்தேன். அதை முதன்முதலில் அந்த கேபிள் ஃபார்ம்ஸில் வைத்துப் பொருத்தி...

'ஒரு நிமிஷம் மிஸ்டர் அய்ங்கார்!' என்று குரல் கேட்டுத் திடுக்கிட்டுத் திரும்பினேன்!

சத்யா!

13

சத்யா புன்முறுவலுடன் என்னை அணுகினார். என் மனத்தில் சட்சட்டென்று எண்ணங்கள் மாறின. எந்தப் பொய்யை அவர் நம்பப் போகிறார்? எந்தப் பொய் அந்தச் சந்தர்ப்பத்துக்கு ஏற்றது? சிரிக்கிறானே.... மனிதன்! சிரிப்பைக் கொளுத்து!

'மிஸ்டர் அய்ங்கார்! என்ன இது... கையிலே கட்டர்? கட்டர்தானே இது? எதற்கு? எதற்கு மிஸ்டர் அய்ங்கார்?'

சத்யாவுடன் கூட நுழைந்த ஆறு அமைதிப்படை ஆசாமிகளும், மெய், பெரி எல்லாரும், கௌதமனைச் சூழ்ந்துகொண்டதைக் கவனித்தேன். லதாவின் முகத்தில் பீதி எழுதி இருந்தது. கௌதமன், 'விடு என்னை' என்றான். என் எதிரே பெரி அவன் முகத்தின் குறுக்கே மிருகத்தனமாக அடித்தான். எனக்கு வலித்தது. மெய் லதாவை தள்ளிய தள்ளலில் அவள் தடுமாறி விழுந்தாள். மெய் அவள்மேல் கால் வைத்தான்.

சத்யா, 'என் நண்பர்களே! அவசரப்படாதீர்கள். அவசரமே வேண்டாம். முதலில் நம் விருந்தினரைக் கவனிப்போம். மிஸ்டர் அய்ங்கார்! ஏன்? எதற்காக

இப்படிச் செய்ய முயன்றீர்கள்? எங்களைப் பிடிக்கவில்லையா? நாங்கள் உங்களைப் பலாத்காரமாகக் கொண்டுவந்ததில் கோபமா? ஏன்? ஏன் இத்தனை சீக்கிரம் துரோகம்?' என்றார்.

'துரோகமில்லை சத்யா. நான் சொன்னால் நீங்கள் நம்பப் போவதில்லை.'

'சத்யா. நான் பேசலாமா?' என்றான் ரத்த முகத்துடன் கௌதம்!

'சும்மா இரு' என்று தர்ம அடி அடித்தான் பெரி.

'இல்லை. நம் புரட்சி நண்பனைப் பேசவிடலாம். கௌதம்! அழகான பெயர்! நீதானே கௌதம்! பேசு நண்பனே, என்ன?'

'இங்கு அய்ங்காரைக் கூட்டி வந்தது நான்தான். அவரை மிரட்டிக் கத்தி முனையில் நான் கூட்டி வந்தேன். அவர் வர மறுத்தார். நான்தான் கூட்டி வந்தேன். அவர் மேல் குற்றமில்லை. அவரைத் தண்டிக்கவேண்டாம். என்னைத் தண்டியுங்கள்!'

'மிஸ்டர் அய்ங்கார்! அப்படியா?'

'நான் என்ன சொன்னாலும் நீங்கள் நம்பப்போவதில்லை. மேலே நடக்க வேண்டியதைக் கவனியுங்கள். அந்தப் பெண்ணை விட்டுவிடுங்கள். உனக்கு மிதித்துத்தான் ஆகவேண்டும் என்றால் என் கண்முன் அதைச் செய்யாதே. கண்றாவியாக இருக்கிறது...'

'அய்ங்கார், நீங்கள் விருப்பமில்லாமல் இங்கு கொண்டுவரப் பட்டீர்களா?'

'நான் இந்தத் தீவுக்கு வந்ததே விருப்பமில்லாமல்தான். என் விருப்பத்தை முதலிலிருந்தே யாராவது மதித்திருந்தார்களா, என்ன? சாப்பிடு என்றால் சாப்பிட்டேன். பார் என்றால் பார்த்தேன். கம்ப்யூட்டரைக் கவனி என்றால் கவனித்தேன். வெட்டு என்று மற்றொருத்தன் கத்தியை முதுகில் பதித்துக் கேட்டால் நான் வேறு ஏதாவது செய்ய முடியுமா? வெட்ட வந்தேன்.'

'அய்ங்கார்! இவன்தானே உங்களை சமுத்திரக்கரையில் சந்தித்தவன்?'

'ஆம். இவன்தான் கௌதமன்.'

'நான்தான் கௌதமன்.'

‘சும்மா இரு!’

‘லதா, நீ?’

‘லதா என் காதலி.’

‘ஓ! கா...தல்! காதல் என்றால் என்ன?’

‘காதல் என்பது எங்கள் விஷயத்தில் ஒரு தினம் விடுதலை கிடைக்கும் என்று இருவரும் பங்கிட்டுக்கொண்ட நம்பிக்கை...’

‘இந்த மாதிரி எவ்வளவு பேர் இந்த நம்பிக்கையுடன் இருக்கிறீர்கள்?’

‘நான் ஏன் சொல்லவேண்டும்?’

சத்யா சிரித்து, ‘அதுதானே! நீ ஏன் சொல்லவேண்டும்? அவசியமில்லை...’ என்றார்.

‘சத்யா, கௌதமனை மன்னித்து விடுங்கள். எல்லாவற்றுக்கும் நான்தான் காரணம். என்னைக் கொன்றுவிடுங்கள்’ என்றாள் லதா.

‘சபாஷ், அய்ங்கார்! ஒரு நல்ல பழந்தமிழ் நாடகம். காதலி காதலனுக்கு உயிர்த் தியாகம் செய்கிறாள். இது தமிழ்நாட்டில் இன்னும் நடக்கிறதா? லதா! இப்போது யார் அவனைக் கொல்வதைப் பற்றிப் பேசினார்கள்? கௌதமனை நாங்கள் கொல்லப்போவதில்லை. ஆனால் உன்னைக் கொல்லத்தான் போகிறோம்! கௌதமனுக்கு அவசியம் இருக்கிறது. இந்தத் தீவில் உனக்கு அவசியம் இல்லை. நீ ஒரு பெண். ஒரு போதைப் பொருள். நீ ஒரு அழகான உடல். உள்வட்டத்துக்கு ஏற்பட்ட மனித மெத்தை. உன்போன்று முன்னூறு பெண்கள் இருக்கிறார்கள். நீ தேவை இல்லை! உன்னைக் கொன்றுவிடலாம். எப்போது என்று நிர்ணயிக்கப்படவில்லை.’

கௌதம், ‘சத்யா! அவளைக் கொல்லாதே! என்னைக் கொல். நான்தான்... நான்தான் அவளுக்கு தினம் கொடுக்கப்பட்டிருந்த மருந்தினின்றும் அவளை விலக்கினேன். அவளுக்கு போதித்தேன். அவள் மனத்தை மாற்றினேன். அவள் நிரபராதி! அவளை விட்டுவிடு’ என்று கண்களில் நீர் வழியக் கெஞ்சினான்.

சத்யா அதைக் கவனிக்காமல் என்னிடம் வந்தார். என் கையில் கட்டர் சிரித்தது. அதை வாங்கி தூக்கி எறிந்தார். என் முகத்தருகே

சிரித்தார். 'மிஸ்டர் அய்ங்கார். எப்படி இந்த மொட்டைக்கு விஷயம் தெரிந்தது என்று நீங்கள் ஆச்சரியப்படவில்லையா?'

'நான் ஆச்சரியப்பட்டு அலுத்துவிட்டது. பயப்பட்டு அலுத்து விட்டது. என்ன வேண்டுமானாலும் என்னைச் செய்! அந்தப் பெண்ணைக் கொல்லாதே. அவள் ஆயுதமற்றவள். சூழ்நிலை யால் இந்தச் சிக்கலில் அகப்பட்டவள்...'

'அவள் கொல்லப்படுவாள்!'

'காட்டுமிராண்டிப் பசங்களா! நீங்கள் கம்ப்யூட்டர் வைத்து, சுத்தமான ஊரை வைத்துக்கொண்டு என்ன பிரயோசனம்? ஆயிரம் வருஷம் பின்னால் இருக்கிறீர்கள்! கொல்வது உனக்குப் பொழுதுபோக்காக இருக்கிறது! எக்கேடு கெட்டுப் போ! எங்கள் மூவரையும் சேர்த்துக் கொலை பண்ணிவிடு. வேண்டுமானால் எங்களைக் குளிப்பாட்டி, சோப் பவுடர் போட்டு வாசனையாகக் கொல்! கொல்! கொல்! கொன்றுவிடு!'

'ச்ச்ச்ச்! உணர்ச்சி! உணர்ச்சி! மிஸ்டர் அய்ங்கார். முதலில் உங்கள் எதிரியை அறிந்துகொள்ளுங்கள். நீங்கள் எங்கள் அறையில் டெலிவிஷனை, மைக்ரபோனை சாமர்த்தியமாக அகற்றிவிட்டீர் கள். நான்கூட நீங்களும் லதாவும் இருட்டில் படுக்கையில் புரள் கிறீர்கள் என்றுதான் நினைத்துவிட்டேன். ஆனால் சற்று நேரத் தில் நீங்கள் மூவரும் அந்த அறையிலிருந்து கிளம்பிவிட்டீர்கள்.'

சத்யா என் அருகே வந்து, என் சட்டை காலரிலிருந்து ஒரு சிறிய பட்டன் போன்ற சமாசாரத்தை உருவி, 'மிஸ்டர் அய்ங்கார்! இது என்ன தெரியுமா? ரேடியோ டிரான்ஸ்மிட்டர். ஐசி யுகத்தின் விந்தை! நீங்கள் சட்டை அணிந்ததிலிருந்து ஒருவருக்கொருவர் பேசிக்கொண்ட அனைத்தும் எங்களுக்குத் துல்லியமாகக் கேட்டது. எனக்குத் தெரியும். இவர்கள் உங்களை மறுபடி தொடர்புகொள்ள முயல்வார்கள். அய்ங்கார்! இந்தத் தீவில் சதிவேலைகள் நடக்கவே முடியாது. இது நாளைய விஞ்ஞானத் தின் - ஆம், நாளைய விஞ்ஞானத்தின் வெற்றியில் உருவான தீவு. மரியாதையாக வந்த வேலையை உடனே கவனியும். இவர் களைப் பற்றி இனிக் கவலைப்படாதீர்கள். இனி இவர்களை நீங்கள் பார்க்கப்போவதில்லை... கம்ப்யூட்டரைக் கவனியுங்கள். உங்களுக்கு விடுதலை கிடைக்கும்.'

'இல்லையேல்?'

சத்யாவின் முகம் கடுகடுத்தது. 'அய்ங்கார்! உங்கள் கேள்வி எனக்கு ஆச்சரியம் தருகிறது.'

'இல்லையேல் என்னைக் கொல்லப்போகிறீர்கள், அவ்வளவு தானே?'

'நாங்கள் மற்ற நாட்டு மக்களைக் கொல்வதில்லை. உங்களுக்கு நான் கூறுவதை எதிர்க்கவோ, மறுக்கவோ எண்ணம் இருக்கிறதா? இருந்தால் உடனே சொல்லி விடுங்கள்!'

'நான் உங்கள் கம்ப்யூட்டரைக் கவனிப்பதுபற்றி யோசனை செய்யவேண்டும்.'

'இதில் உங்களுக்குத் தேர்தல் கிடையாது.'

'நான் மறுக்கிறேன்!' என்றேன். 'குதிரையைத் தண்ணீர் வரைதான் அழைத்து வந்திருக்கிறீர்கள்.'

'அய்ங்கார்' என்றார் சத்யா.

'இதைக் கேட்டு விடுங்கள். என் உதவி உங்களுக்குத் தேவை என்றால், நான் அந்த கம்ப்யூட்டரை மறுபடி தொடவேண்டும் என்றால் இந்தப் பெண்ணுக்கும் கௌதமனுக்கும் ஒன்றும் நிகழக்கூடாது. அண்டர்லைன் பண்ணுங்கள். ஒன்றும் நிகழக்கூடாது. இவர்களுக்கு ஏதாவது விபத்து ஏற்பட்டால், இவர்கள் இருவரில் யாரையாவது கொன்றீர்கள் என்றால் அவ்வளவுதான். நான் ஒரு துரும்பைக்கூட அசைக்க மாட்டேன். என்னை என்ன வேண்டுமானாலும் செய்துகொள்ளுங்கள், பரவாயில்லை.'

'அய்ங்கார், அதையெல்லாம் அப்புறம் கவனிக்கலாம். நீங்கள் அறைக்குச் செல்லுங்கள். நாளைக் காலை மேலே பேசிக்கொள்ளலாம். நம் புரட்சி நண்பர்களைப் பற்றி நீங்கள் கவலைப்படாதீர்கள். நாங்கள் கவனித்துக்கொள்கிறோம்.'

என்னைத் தரதரவென்று இழுத்துச் சென்று படுக்கையில் தள்ளினார்கள்.

கம்ப்யூட்டர் அறையை விட்டு வெளியில் வந்தபோது லதாவின் முகத்தில் இருந்து விவரிக்க இயலாத பயத்தின் ஞாபகத்தில் என் உடல் சிலிர்த்தது. விட்டத்தைப் பார்த்துக்கொண்டே படுத்திருந்தேன். என்ன செய்வார்கள் அவ்விருவரையும்? நான்

சொன்னதற்கு மதிப்பு தருவானா? அவர்களை உயிருடன் விட்டு வைப்பானா? மாட்டான் என்றுதான் தோன்றியது. நான் கம்ப் யூட்டரைக் கவனிக்க மறுத்தால் என்ன செய்யப் போகிறான்? எனக்கும் மருந்து கொடுப்பானா?

சத்யாவின் சிரிப்பு என்னுள் உறுத்தியது. அந்தச் சிரிப்பின் எல்லாம் தெரிந்த தன்மை. முதலிலிருந்தே என்னை ஒரு ஆயுத மாகக் கொண்டு விளையாட விட்டிருக்கிறானா? என்னை அழைத்து வந்ததும், என்னை கௌதம், நந்தினி இவர்களுடன் சந்திக்க வைத்ததும்... எல்லாம் முன்பே திட்டமிட்டதா? அவர் களைப் பொறி வைத்துப் பிடிக்க என்னை மசால் வடைபோல் உபயோகப்படுத்தி இருக்கிறானா... ஏன், நான் இப்போது நினைக்கும் நினைவுகளைக்கூட அறிந்துகொண்டு விடுவானோ?

எனக்குத் தூக்கம் வரவில்லை. அடிக்கடி பயநினைவுகள் சஞ்சரித் தன. லதாவின் முகம், சத்யா விதவிதமாக அவர்கள் இருவரையும் தண்டிப்பது. ஒரு பெரிய கண்ணாடித் தொட்டிக்குள் ஜலம் நிரப்பி, அதன் உள்ளே லதாவின் வெண்மை உடல் நெளிகிறது - அவள் மூச்சுக்காக அலறுகிறாள்.

என்ன அலட்சியமாக தண்டனையை அவன் உதடுகள் தீர்மானித் தன. 'அவள் கொல்லப்படுவாள்!' 'கௌதமனைக் கொல்லப் போவதில்லை' என்றானே, அதற்கு என்ன அர்த்தம்? சித்திர வதையா! இல்லை, முக்கியமான அங்கம் எதையாவது சிதைத்து அவனை வாழ்நாள் முழுவதும் பிரயோசனமில்லாமல் செய்யப் போகிறானா?

எண்ணங்களும் கனவுகளும் கலந்த ஒரு அரைத்தூக்கத்தில் இரவு மிக மெதுவாகக் கழிந்தது.

அதிகாலை எழுந்துவிட்டேன். தொடை பளபளக்க ஒரு பெண் எனக்குக் காலை உணவு கொண்டுவந்து கொடுத்தாள். நான் அதைச் சாப்பிடவில்லை. காப்பி மட்டும் அருந்தினேன். கதவு திறந்தது. பெரி என்னை பார்த்து சிரித்து, முதல் நாள் எதுவுமே நிகழவில்லை என்பதுபோல, 'திரு அய்ங்கார், சுகமா' என்றான்.

நான் பேசாமல் என் உடைகளை மாட்டிக்கொண்டேன். படுக்கை யில் போய் உட்கார்ந்துகொண்டேன்.

'போகலாமா?' என்றான்.

‘எங்கே?’ என்றேன்.

‘கம்ப்யூட்டர் அறைக்கு.’

‘கௌதம், நந்தினி இருவரும் என்ன ஆனார்கள்? எனக்குத் தெரிய வேண்டும்.’ என் குரல் பிடிவாதமாக இருந்தது.’

‘அவர்கள் உயிருடன்தான் இருக்கிறார்கள்.’

‘அவர்களை எனக்குக் காட்டு.’

‘எதற்கு?’

‘அவர்களை முழுசாகப் பார்த்துப் பேசினபின்தான் மேலே நான் வேலையைத் தொடங்குகிறேன்.’

‘அப்படி இல்லை எனில்?’

‘நான் இங்கேயே இருக்கப்போகிறேன். மூட ஜனங்களே! முட்டாள்களே! உங்கள் புத்திக்கு உரைக்கவில்லையா, நீங்கள் வாழும் இந்தச் சொர்க்கம் ஒரு மணம் நிறைந்த சாக்கடை என்று!’

‘திரு அய்ங்கார், வருகிறீர்களா!’

‘போய், உன் மொட்டைத் தலையனிடம் சொல், அய்ங்கார் வருவதில்லை என்று. அந்த இரண்டு பேரும் இல்லாமல் இந்த இடத்தைவிட்டு அய்யா நகருவதில்லை என்று சொல். அப்படிப் பலாத்காரமாக என்னை அழைத்துச் சென்றாலும், உங்கள் சத்யாவின் தாத்தா வந்தாலும் என்னை வேலை செய்விக்க முடியாது. என் நினைவுகளை நீங்கள் கட்டுப்படுத்த முடியாது. போய் சத்யாவிடம் சொல்... வேண்டாம், இப்போது நாம் பேசியதை எல்லாம் சத்யா ஒன்றுகூட விடாமல் அங்கங்கே கக்கூஸ்கூட விடாமல் புதைத்துவைத்திருக்கும் மைக்ரபோன் மூலம் கேட்டுக் கொண்டிருப்பார்... ஹலோ சத்யா ஒன் டூ த்ரி டூ ஒன்... டூ யூ ரீட் மீ? போடா ஸொண்டிப் பசங்களா!’

பெரி விரைவாக மறைத்துவிட்டான். எனக்குச் சற்று சிரிப்புகூட வந்தது... எனக்கு ஒரு புதிய ஆயுதம் கிடைத்துவிட்டது. காந்தியின் ஒத்துழையாமை. குட் ஓல்ட் மோகன்தாஸ்! அவர்கள் என்ன பண்ணிவிட முடியும். ‘நான் பாக்கெட்டுக்குள்ளிருந்து கையை எடுக்கவே மாட்டேன்’ என்றால். நான் இவர்களுடன் என் அந்தரங்க யுத்தத்தை ஆரம்பித்துவிட்டேன். என்ன செய்வார்கள்?

என்னை சித்திரவதை செய்வார்கள். அதில் அவர்களுக்குப் பிரயோசனம் இல்லை. என்னைச் சேதப்படுத்துவதால் அவர்களுக்குத்தான் நஷ்டம்.

சற்று நேரம் - ஒரு, மணி நேரம் இருக்குமா? ஒன்றுமே நிகழவில்லை. சத்யாவின் அறையில் அவசர ஆலோசனை நடக்கிறது போலும். அதன்பின் டெலிபோன் முணு முணுத்தது.

'அய்ங்கார் ஃப்ரம் இண்டியா ஸ்பீக்கிங்' என்றேன் அதை எடுத்து.

'மிஸ்டர் அய்ங்கார், வணக்கம்!' - சத்யா!

'என்ன?'

'என்ன பிடிவாதம் இது அய்ங்கார்? அவர்கள் இருவருக்கும் ஒன்றும் நிகழாது. நான் உத்தரவாதம் தருகிறேன்.'

'டெலிபோனில் தரும் உத்தரவாதம் போதாது.'

'பின் என்ன வேண்டும் உங்களுக்கு?'

'அந்தப் பெண்ணும் பையனும் என் முன் சேதமோ, காயமோ இல்லாமல் கொண்டுவரப்பட வேண்டும். அப்போதுதான் நான் இந்த இடத்தை விட்டு நகர்வேன்.'

'அவர்கள் சதி செய்தவர்கள். அவர்கள் இந்தத் தீவின் ஆதார அமைப்பை எதிர்த்தவர்கள். அவர்கள் துரோகிகள், அவர்கள் கொலை செய்தவர்கள். அவர்கள் பாவம் செய்தவர்கள்...'

'இந்த மாதிரி வார்த்தைகளுக்கு எல்லாம் உங்கள் புதுத் தமிழில் இடம் இருக்கிறதா சத்யா? அவர்கள் என் நண்பர்கள்...'

'உங்கள் முதுகில் கத்தி பதித்து பயமுறுத்திக் கூட்டிச் சென்றவர்களா உங்கள் நண்பர்கள்?'

'ஆம். அவர்கள் இருவர்தான் இந்தத் தீவில் பிரக்ஞை உள்ள மனிதர்கள்.'

'அய்ங்கார்! அனாவசியத்துக்கு நீங்கள் சுலபமான வேலையைக் கடினமாக ஆக்குகிறீர்கள்...'

'சத்யா, அவர்கள் இருவரையும் கொன்றாகிவிட்டதா?'

'இல்லை. இன்னும் இல்லை.'

'பின் அனுப்பு! நான் அவர்களைப் பார்க்கவேண்டும்' என்றேன். டெலிபோனை வைத்துவிட்டேன்.

இதுவரை இந்தக் கதையைப் படித்து வந்தவர்கள் என் அந்த தீரச் செயலில் நிச்சயம் சந்தோஷம் அடைந்திருப்பீர்கள் என்று எண்ணுகிறேன். ஒரே ஒரு தடவையாவது சத்யாவுக்கும் எனக்கும் நடக்கும் சுவாரசியமான செஸ் ஆட்டத்தில் என் கை உயர்ந்திருக்கிறது.

மறுபடி அரை மணிக்கு ஒன்றும் நிகழவில்லை. நான் கால்களை நீட்டிக்கொண்டு, நன்றாகச் சாய்ந்துகொண்டு கம்ப்யூட்டர் புத்தகத்தைப் படிக்க ஆரம்பித்தேன். லாஜிக் டயக்ரத்தைப் பிரிந்து வைத்துக்கொண்டு அதில் ஆழ்ந்தேன்.

கதவு திறந்து அவர்கள் உள்ளே வந்ததை நான் கவனிக்கவில்லை.

'ஹலோ மிஸ்டர் அய்ங்கார்!'

இரட்டைக் குரல். கௌதமனும், நந்தினியும் புன்முறுவலுடன் நின்றுகொண்டிருந்தார்கள்.

ஆம்! அவர்கள் இருவரும் புன்முறுவல் செய்துகொண்டிருந்தார்கள். முன் இரவு நிகழ்ந்த சம்பவங்கள் அவர்களை எந்தவிதத்திலும் பாதிக்கவில்லை போல்... அவர்கள் கலவரமோ, பதட்டமோ எதுவும் காண்பிக்காமல், 'வணக்கம் திரு அய்ங்கார்! கம்ப்யூட்டர் அறைக்கு உங்களை அழைத்து வரச் சொன்னார் சத்யா' என்று கோஷ்டியாகச் சொன்னார்கள்.

'நந்தினி, கௌதம்!' மறுபடி அந்தப் புன்முறுவல்.

'என்ன ஆயிற்று? உங்களுக்கு சத்யா உங்களை அடித்தாரா? துன்புறுத்தினாரா? என்ன ஆயிற்று நேற்று இரவு? சொல்லுங்கள்.'

'ஒன்றும் ஆகவில்லை!'

'என்ன?'

'சத்யா எங்களை மன்னித்து விட்டார். நாங்கள் மன்னிப்பு கேட்டுக் கொண்டோம். மன்னித்து விட்டார்! சத்யா மிக உயர்ந்தவர்.

சத்யாவைப் போன்ற தலைவரை இந்த உலகில் எங்கும் பார்க்க முடியாது. சத்யா எங்கள் தெய்வம்!'

என் ஆச்சரியம் அதிகமாகிவிட்டது. நேற்று சத்யாவைக் கண்ட துண்டமாக வெட்டவேண்டும் என்றும் சொன்னவன் இன்று சகஸ்ரநாம அர்ச்சனை செய்கிறான்!

'கௌதம்! ஏதாவது போட்டிருக்கிறாயா?'

'புரியவில்லை திரு அய்ங்கார்!'

'நந்தினி, உனக்கு என்ன ஆச்சு? நேற்று இரவு நடந்தது எதுவும் ஞாபகம் இல்லையா?'

'நேற்று நடந்தது நேற்றுடன் முடிந்தது திரு அய்ங்கார்! நாம் இருப்பது இன்று. இந்தத் தீவு நாளைய தீவு. இதில் காலத்தை எதிர்நோக்கிப் புதிய சமுதாயம் அமைக்க சொர்க்கத் தீவின் பிரஜைகளான நாங்கள் ஒவ்வொருவரும் முயற்சிக்கப் போகிறோம்!'

14

என்ன இது, கதை வசனம் மாறிவிட்டது! பெரி வந்தான். 'திரு அய்ங்கார்! நீங்கள் கேட்டுக்கொண்ட படி சத்யா கருணை உள்ளத்துடன் இவர்களை மன்னித்துவிட்டார். இவர்களுக்குத் தண்டனை எதுவும் தரப்படவில்லை. உங்களுக்கு திருப்திதானே!'

'திருப்தி இல்லை. குழப்பம்!'

'நீங்கள் கேட்டது நடந்துவிட்டதல்லவா? இனி நீங்கள் கம்ப்யூட்டரை கவனித்தீர்கள் என்றால் நலம்!'

'வருகிறீர்களா?' என்றாள் நந்தினி.

யோசித்தேன். 'பெரி, நீ போ. நான் வருகிறேன். பின்னாலேயே வருகிறேன். கௌதம், நந்தினி! நீங்கள் சற்று இருங்கள்' என்றேன்.

பெரி, 'லதா, அவரை அழைத்துக்கொண்டு வா, நான் போகிறேன்' என்று தயக்கமே இல்லாமல் கிளம்பி விட்டான்!

அவன் சென்றதும் லதாவிடம், 'லதா! என்னுடன் கொஞ்சம் வா!' என்றேன்.

லதா என்னுடன் வர, அவளை பாத்ரூமுக்குள் அழைத்துக் கொண்டு கதவை மூடிக் கொண்டேன்.

'லதா, நான் ஒரு முட்டாள்! நீங்கள் இருவரும் ஏன் அப்படிப் பேசினீர்கள் என்பது இப்போதுதான் புரிகிறது. அந்த அறையில் மைக்ரபோன் இருக்கிறது... டிவி இருக்கிறது. அதனால்தான் இல்லையா? இங்கே ஒன்றும் கிடையாது! சொல் லதா! சொல் நந்தினி! என்ன நடந்தது நேற்று?'

லதா என்கிற நந்தினி, 'திரு அய்ங்கார், நேற்று ஒன்றும் நடக்க வில்லை. அவர்கள் காத்திருப்பார்கள். ம், செல்லலாமா?' என்றாள்.

நான் என் ஷர்ட் காலரை ஆராய்ந்துகொண்டேன். பேண்ட் பாக்கெட்டுகளை ஆராய்ந்துகொண்டேன். 'ரேடியோ டிரான்ஸ் மிட்டர் எதுவும் இல்லை. நீ சுதந்தரமாகப் பேசலாம். சொல்லு!'

'சத்யா என்னைக் கூப்பிட்டிருக்கிறார். அங்கே எனக்கு வேலை இருக்கிறது... நாம் கிளம்பலாமா!'

மரக்கட்டை! தலாய் லாமா!

'நீ நடிக்கிறாய் அல்லது உனக்கு என்னவோ, பேதி மாத்திரையோ என்னவோ கொடுக்கிறார்கள். நீ பழைய நந்தினி இல்லை கௌதமன் பழைய கௌதமன் இல்லை!'

பாத்ரூமை விட்டு வெளிவந்தபோது கௌதமன் ஒன்றும் அறியாமல் குழந்தைபோல் முகத்தை வைத்துக் கொண்டிருப் பதைப் பார்த்தேன்! கில்லாடி வேலைதான் செய்திருக்கிறார் சத்யா! என் எதிர்ப்புகள் எல்லாவற்றுக்கும் பதில் சொல்லி விட்டார். நான், என்னவோ ஏதோ என்று அவர்களைப் பிடி வாதம் பிடித்து, சத்யாக்கிரகம் செய்து காப்பாற்றப் போகிறேன், அவர்களை மரணத்தின் பிடியிலிருந்து விடுவிக்கப் போகிறேன் என்று என்னுள் ஏதோ டார்ஸான்போல் நினைத்துக் கொண்டிருக் கையில், இரண்டுபேரும் என் முன் வந்து நின்று. 'எனக்கு ஒன்றுமே ஆகவில்லை' என்கிறார்கள்!

கம்ப்யூட்டர் அறையில் நுழைந்தது ஒரு குழப்பம் மிகுந்த நான். மெய் என்னை வரவேற்றான்.

'சத்யா உங்களை வரவேற்கிறார்... சத்யாவுக்கு அதிக வேலை இருப்பதால் வர முடியாத நிலையில் இருக்கிறார். கம்ப்யூட்டரின்

பழுதை நீக்குவதில் நீங்கள் இனி முழுக் கவனம் செலுத்தலாம். உங்களை எவரும் தொந்தரவு செய்ய மாட்டார்கள். நாங்கள் உங்களுக்கு முழுவதும் ஒத்தாசை செய்கிறோம்.'

நான் என் கைச்சட்டையை மடக்கிக்கொண்டு என் தொழிலைத் தொடங்கினேன். கம்ப்யூட்டரை அணுகினேன்.

நேற்று வெட்ட வந்தேன். இன்று ஒட்ட வருகிறேன்! எனக்கு சத்யா வந்து குறுக்கிட்டதில் சற்று சந்தோஷம்கூட இருந்தது. இந்த அற்புதமான கம்ப்யூட்டரை, அதைப் பற்றி விஷயம் தெரிந்த நான் வேண்டுமென்றே வெட்டாமல் விட்டதில் தப்பித்தேனே!

நான் எப்போதாவது ஒரு தடவைதான் சிகரெட் பிடிப்பேன். அது எனக்குப் பழக்கம் இல்லை! ஆனால் இந்தச் சந்தர்ப்பத்தில் சிகரெட் வரவழைத்துப் பிடித்தேன். காப்பி சாப்பிட்டேன். உட்கார்ந்துகொண்டு சர்க்யூட் டயக்ரம்களைப் பார்த்தேன். சில வேளை நின்றுகொண்டு, சில வேளை படுத்துக்கொண்டு. மெய்யுடன் ஷா என்ற சின்னப் பையன் இருந்தான். துடியாக இருந்தான். நான் அடுத்து அடுத்து எதை எதை செய்யப் போகிறேனோ அதை முன்பே சொல்லிவிடுவான். கம்ப்யூட்டரில் உள்ள ஃபால்ட்டை நீக்குவது துப்பறியும் வேலைக்குச் சமானமானது. சில தடயங்கள், சில உண்மைகள், சந்தேகங்கள்... இவை எல்லாவற்றையும் அதனதன் முக்கியத்துவத்துக்குத் தகுந்தபடி பரிசீலிக்கவேண்டும்.

முதல் தினம் நான் அறைக்குத் திரும்பவில்லை. கம்ப்யூட்டர் அறையிலேயே இருந்தேன். என்னுடன் அவர்கள் மூன்று பேர், ஒருவன் மாற்றி ஒருவன் தொடர்ந்து எப்போதும் இருந்தார்கள். ஒருவிதக் காவல்போல். என்னை கம்ப்யூட்டருடன் தனியாக விடுவதற்கு அவர்களுக்குத் தயக்கம் இருக்கலாம்!

அந்த கம்ப்யூட்டரின் முழுத்திறமையும் உபயோகிக்கும்படி அவர்கள் அந்தத் தீவின் ஆட்சிக்காக அமைத்திருந்த ப்ரொக்ராம்கள் எனக்கு ஆச்சரியம் தந்தன. மாஸ்டர் ப்ரொக்ராம்கள் யாவும் டேப் சுருள்களில் இருந்தன. அவைதான் அந்தத் தீவின் ஆணைகளைப் பிறப்பித்தன. டேப் சுருளில் பதிந்திருந்த சின்னச் சின்ன காந்த சக்திகள் அந்தத் தீவின் பிறப்பை, இறப்பை... தொழில் உற்பத்தியை எல்லாவற்றையும் கட்டுப்படுத்தின. இந்த ப்ரொக்ராம்களுக்கு என்று லைப்ரரி இருந்தது. அவற்றில்

ப்ரொக்ராம்கள் எண்வாரியாகப் பிரிக்கப்பட்டு ஒவ்வொன்றும் என்ன என்ன செய்கிறது என்று ஒரு அட்டவணை இருந்தது. ப்ரொக்ராம் என்பது கம்ப்யூட்டருக்கு ஒரு குறிப்பிட்ட செயல்களின் தொடர்ச்சியை நிகழ்த்துவதற்கு ஒருவிதமான நிகழ்ச்சி நிரல் என்று சொல்லலாம். வேறு வேறு செயல்களுக்கு வேறு வேறு ப்ரொக்ராம். உதாரணமாக தினம் தினம் சொர்க்கத் தீவின் சாலைகளில் இயங்கும் விளக்குகளைப் போக்குவரத்துக்கு ஏற்ப இயக்குவதற்கு ஒரு ப்ரொக்ராம். இந்த ப்ரொக்ராமில் எங்கள் பாஷையில் சப்ரொட்டின்கள் நிறைய இருக்கும். மற்றொரு ப்ரொக்ராம் சொர்க்கத் தீவின் பிரஜைகளுக்கு தினசரி கொடுக்கப் படும் மருந்துகளின் அளவையும் நிதானத்தையும் கட்டுப் படுத்தும் ப்ரொக்ராம். இது ஒரு ஆச்சரியம் நிறைந்த விஷயம். ரசாயன முன்னேற்றத்தினால் விளைந்த மிக நூதன மருந்துகள் அளவுடன் அவர்களுக்குக் கொடுக்கப்படுகின்றன. அம்மருந்து கள் மக்களைக் கட்டுப்படுத்தி, பிறப்பித்த கட்டளைகளைக் கேள்வி கேட்காமல் தெய்வ வாக்காக நிறைவேற்றுவதற்கு அவர்களது சிந்தனா சக்தியை மிகவும் குறைக்கின்றன என்று கண்டுகொண்டேன். மருந்தின் அளவையும் நிர்ணயிக்க அவ்வப் போது சிலரை ரேண்டமாகத் தேர்ந்தெடுத்து ரத்தப் பரிசோதனை செய்து, அதன் விவரங்களை கம்ப்யூட்டருக்குக் கொடுக்க, கம்ப்யூட்டர் அந்த விவரங்களை அலசி மருந்தின் தரத்தை நிர்ணயிக் கிறது. ஒரு அளவுக்குமேல் ரத்தத்தில் மருந்து அதிகமாகி விட்டால் சில தினங்களுக்கு வெறும் தண்ணீர்! கம்ப்யூட்டர் தந்த ஆணையின்படி ரசாயனப் பகுதியில் தானாகவே கலக்கப்பட்டு அந்த மருந்துகள் சொர்க்கத் தீவில் அங்கங்கே இருக்கும் சுகாதார நிலையங்களில் உள்ள சிறிய சிறிய மெஷின்களில் நிரப்பப்படு கின்றன. தினம் காலையில் தீவின் மக்கள் ஒவ்வொருவரும் அந்த மிஷின்கள் அருகில் வந்து அதில் கைவைத்து அந்த மருந்தின் இரண்டு துளிகளைத் தம் உடலில் இறக்கிக்கொள்கிறார்கள்.

கம்ப்யூட்டரைப் பழுது பார்க்கும் நிமித்தம் நான் ஒவ்வொரு ப்ரொக்ராமையும் ஆராய்ந்தபோது எனக்கு மேற்கண்ட விவரங்கள் தெரிய வந்தன. மொத்தம் இருநூற்றுப் பதினெட்டு ப்ரொக்ராம்கள் இருந்தன. அவை ஒவ்வொன்றையும் போட்டுப் பார்த்து தப்பு நிகழ்கிறதா என்று திரும்பத் திரும்பப் பார்க்க வேண்டி இருந்தது.

மூன்று தினங்கள் இரவு பகலாக நான் கம்ப்யூட்டருடன் போராடினேன். நான் பிரச்னையை அணுகிய விதத்திலிருந்து

என்னை விஷயம் தெரிந்தவன் என்று இனம் கண்டுகொண்டு நான் கேட்கிற ஸ்பேர்களை எல்லாம் கொடுத்தார்கள். நான் சொன்னதை எல்லாம் செய்தார்கள்.

நான்காவது தினம் நேராக ஒரு தடயம் கிடைத்தது. அதன்படி சில பகுதிகளில் சில சிப்களை மாற்றிப் புதிது போட்டேன். குறிப்பாக ஒரு ப்ரொக்ராமில் மிக அதிகம் தப்புகள் செய்துகொண்டிருந்த கம்ப்யூட்டர் இப்போது தப்புகளைக் கணிசமாகக் குறைத்தது. இதே தடயத்தில் சென்று மேலும் சில பகுதிகளை மாற்றி அமைத்து.. ஐந்தாம் தினம் முழுவதையும் சரிப்படுத்தி விட்டேன். எல்லா ப்ரொக்ராம்களையும் போட்டுப் பார்த்தோம். ஒரு பிழை இல்லை! மறுபடி... மறுபடி... மறுபடி... சரியாகிவிட்டது.

நான் மெய்யிடம், 'சத்யாவைக் கூப்பிட்டுச் சொல்லு. நான் இனி வீட்டுக்குப் போகலாம் என்று' என்றேன். மெய் முதல் தடவையாகச் சொந்தமாகச் சிரித்தான் அந்த ஷா காதிலிருந்து காதுவரை விரிந்து சிரித்தான். நிஜ சந்தோஷம்! கம்ப்யூட்டர் சரியாகி விட்டது.

மெய் சத்யாவிடம் சொல்ல, சத்யா உடனே எனக்கு டெலிபோனில் வாழ்த்துக்கள் தெரிவித்தார்.

'சத்யா! நான் இனி இந்தியா திரும்பச் செல்லலாம் இல்லையா?'

'நிச்சயம் திரு அய்ங்கார்.'

'சரி! ப்ளேனைக் கொண்டு வரச்சொல்லுங்கள். நான் உடனே கிளம்புகிறேன்.... நான் வந்து பதினைந்து பதினெட்டு நாட்கள் ஆகிவிட்டன. கணக்கே தெரியவில்லை! உடனே புறப்படு கிறேன்!'

'புறப்படலாம் அய்ங்கார். நாளைக் காலை!

'நாளைக் காலை ஏன்! இன்றே!'

'இன்று இரவு உங்களுக்கு ஒரு விருந்து! நீங்கள் இதுவரை அனுபவித்திராத விருந்து! உங்களைக் கௌரவிக்க நான் அளிக்கப்போகும் பிரிவு விருந்து!'

'எனக்கு அதெல்லாம் வேண்டாம் சத்யா! என்னை ஆளை விட்டால் போதும்!'

'ஏன் பயப்படுகிறீர்கள்? பயப்படாதீர்கள். நீங்கள் வந்த வேலை முடிந்துவிட்டது. நிச்சயம் உங்களைத் திரும்ப அனுப்பிவிடு கிறோம். ஒரே ஒரு இரவு கூடத் தங்கக்கூடாதா?'

நான் யோசித்தேன். 'சரி' என்றேன்.

'மிக நல்லது!' என்றார் சத்யா!

அந்த விருந்தை நான் வாழ்நாள் முழுவதும் மறக்க மாட்டேன். அந்த விருந்தில் எனக்குக் கிடைத்த புகழ் வார்த்தைகளாலா? இல்லை! கண்ணாடியும், வெள்ளியும், தங்கமும், இசை நிகழ்ச்சி களும், என்ன என்னவோ பானங்களும், தின்பண்டங்களும் புழங்கியதாலா? இல்லை! அவர்கள் மீண்டும் மீண்டும் கைதட்டியதாலா? இல்லை.

அதெல்லாம் இல்லை. அந்த விருந்தின் இறுதியில் நிகழ்ந்த ஒரு சம்பவத்தால்! சம்பவத்தில் பங்குபெற்றவர்கள்...

கௌதமன், நந்தினி!

விருந்தின்போது நான் சத்யாவைக் கேட்டேன். 'சத்யா, எனக்கு ஒரு சந்தேகம்.'

'கேளுங்கள் அய்ங்கார்!'

'அந்த கௌதம் நந்தினி இருவரையும் நீங்கள் ஏன் கொல்ல வில்லை?'

'கௌதமனைக் கொல்வதில் எங்களுக்கு நஷ்டம், திரு அய்ங்கார்! அவனைக் கொல்வதில் அவனுக்கு அளிக்கப்பட்ட பயிற்சி முழு வதும் விரயமாகிறது. அவன் ஒரு தேர்ந்த சுரங்கத் தொழிலாளி. அவன் எங்களுக்குத் தேவை. உண்மைதான்... அவன் மனம் கெட்டிருந்தது. அவன் மனத்தில் புரட்சி எண்ணங்கள் நிரம்பி இருந்தன... அவற்றை மட்டும் நாங்கள் சலவை செய்து விட்டோம்!'

'எப்படி?'

'மருந்துகள்! அவனுக்கு அன்றிரவு பிரத்யேகமாக சிகிச்சை செய்யப்பட்டது. அவன் மனத்தின் துரோக எண்ணங்கள் அனைத்தையும் அழித்துவிட்டோம். அவன் இப்போது மிகவும்

விசுவாசம் நிறைந்த பிரஜையாகி விட்டான்! முழுவதும் அவனை...'

'அடிமைப்படுத்தி விட்டீர்கள். நான் நினைத்தேன். அவன் மறுதினம் பேசிய விதத்திலிருந்து இப்படித்தான் ஒன்று ஏதோ நிகழ்ந்திருக்கிறது என்று! நந்தினி?'

'நந்தினி இல்லை. அவள் லதா. அவள் எங்களுக்குத் தேவை யில்லை. ஆனால் நீங்கள் அவளுக்கு ஒன்றும் நிகழக்கூடாது என்று பிடிவாதமாகக் கேட்டுக்கொண்டீர்கள். அதனால் அவளுக்கு மருந்து தரப்பட்டது. அவள் இனி எங்களுக்குத் தேவையில்லை!'

'தேவையில்லை என்றால்?'

'அய்ங்கார், இந்த விருந்தின் கடைசி நிகழ்ச்சி! பாருங்கள்! பெரி?'

பெரி ஆணையிட, அந்த மண்டபத்தின் விளக்குகள் அணைந்தன. எனக்கு உள்ளுக்குள், ஏதோ தப்பாக நிகழப்போகிறது என்று எச்சரிக்கை தோன்றியது...

எதிரே மேடைபோல் இருந்தது. அது காலியாக இருந்தது. ஒரு ஒரு பெஞ்ச் போட்டிருந்தது...

மெதுவாக கௌதமனும் நந்தினியும் வந்து நின்று எங்களை வணங்கினார்கள். அந்தக் கண்கள் எவ்வித உணர்ச்சியும் இல்லாமல் இருந்தன. எங்கே அந்த தினங்களின் ஆவேசம், தாகம்! இவர்கள் வெறும் பொம்மைகள்!

'சத்யா வாழ்க!' என்றனர் இருவரும். பிறகு ஒருவரை ஒருவர் எதிர்நோக்கினார்கள்.

'என்ன செய்யப் போகிறார்கள்?' என்றேன் கலவரத்துடன்.

கௌதம் நந்தினியைப் பார்த்துச் சிரித்தான். அவளும் சிரித்தாள். கௌதம் நந்தினியின் உடைகளை லாகவமாகக் கழற்றினான். பின்னணியில் மெதுவாக, ஆனால் சுத்தமாக வீணை ஒலி கேட்டது. அவன் அவள் உடைகளை ஒவ்வொன்றாக விலக்க, நந்தினி மிகவும் சந்தோஷித்துச் சிரித்தாள். அவன் சில பட்டன் களுடன் தவிக்கும் சந்தர்ப்பங்களில், அவள் அவனுக்கு உதவி செய்தாள்!

'சத்யா, என்ன இது? நான் போகிறேன்.'

'உட்காருங்கள் அய்ங்கார், இதுதான் ஆரம்பம்.'

அவள் முழுவதும் உடையின்றி நிற்க, கௌதம் எங்களைப் பார்த்து, 'எல்லாரும் கேளுங்கள். எல்லாரும் கேளுங்கள். நான் இவளைக் காதலித்தேன். காதல் நம் தீவில் தேவையில்லாத ஒன்று என்று தெரிந்தும் காதலித்தேன். நானும் இவளும் இன்னும் சிலரும் - (சிரித்து) - இந்தத் தீவின் அமைப்புக்கு எதிராகப் போராட முயற்சித்தோம். அப்போது என் மனம் பேதலித்திருந்தது. என் மனம் விகாரம் அடைந்திருந்தது. இந்தப் பெண்ணின் மனமும் விகாரம் அடைந்திருந்தது. நான் இப்போது குணமடைந்துவிட்டேன்! இப்போது எனக்குத் தெரிகிறது. சத்யா எப்படிப்பட்ட மகான் என்று. சத்யா எனக்கு ஆணை இட்டிருக்கிறார். சத்யாவின் ஆணைகளைத் தவிர இந்த உலகத்தில் முக்கியமானது என்று எதுவும் கிடையாது... சத்யா எனக்குச் சொல்லியிருக்கிறார். இந்தப் பெண்... நமக்கு இனி தேவை இல்லாதவள். இவள்போல் எத்தனையோ பெண்கள் நமக்கு இந்திர விழாவின்போது கிடைப்பார்கள். இவள் இனி நமக்குத் தேவையில்லை. எனவே, நம் நாட்டின், நம் சொர்க்கத் தீவின் நல்வாழ்வுக்காக-'

பயத்தால் உறைந்துபோயிருந்த நான் அதைப் பார்த்தேன். கௌதம் இடுப்பில் செருகியிருந்த கத்தியை எடுத்து... நந்தினியின் உடலில் தயக்கமில்லாமல் பாய்ச்சினான்.

15

இரண்டு பேர் வந்து சுத்தமான வெள்ளைத் துணியால் அந்த உடலை மூடினார்கள். கௌதம் ஒரு குழந்தைச் சிரிப்புடன் எங்களை நோக்கிப் பணிந்து சேவித்தான். அந்த உடல் நீக்கப்படுவதை ஆர்வத்துடன் கவனித்தான்.

நான் பேச முடியாமல் உறைந்திருந்தேன். என் மனத்தில் பயம் கவ்விக்கொண்டிருந்தது... நான் எவ்வளவு தூரம் சத்யாவின் கட்டை விரலுக்குக்கீழ் அழுந்தி இருக்கிறேன் என்பதை இந்தத் துல்லிய மான வால்பர்க்கிஸ் இரவின் கடைசிச் சம்பவம் உணர்த்தியது. இந்தத் தீவை விட்டு ப்ளேன் ஏறுகிற வரை நிச்சயமற்றது என் நிலை. என் கோழைத்தனம் என் மனத்தில் அதீதமான அவமான உணர்ச்சியைத் தந்தது. நேராக அந்தக் கத்தியைப் பிடுங்கி சத்யாவின் உடலில் பாய்ச்சி இருக்கலாம். என்ன ஆகும்? ஒன்றும் ஆகாது. சான்ஸே இல்லை. அடுத்த நிமிஷம் மற்றவர்கள் என்மேல் கவிந்துகொள்வார் கள். முதலில் கத்தி பாய்ச்சுவதே சாத்தியமில்லாத விஷயம். அதோ அந்த கௌதம் நடந்து எங்களிட மிருந்து விலகிச் செல்கிறான். என்னிடமிருந்து அந்த இடத்தின் ஒரே ஒரு ஆயுதம் விலகி விலகிச்

செல்கிறது. அதோ அந்த மெலிய இருட்டில் மறைந்து விட்டான். தாற்காலிகமாக உயிர் கிடைத்த பொம்மை மற்ற பொம்மை களுடன் கலந்துவிட்டது.

சத்யா, 'எப்படி?' என்றார்.

நான் சற்றுநேரம் யோசித்து, 'சிறப்பாக இருந்தது' என்றேன். 'சத்யா, உங்கள் வெற்றி பூரணமான வெற்றி. ஒரு கல்லில் இரண்டு மாங்காய்! என்னை உபயோகித்து கம்ப்யூட்டரைச் சரி பண்ணிக்கொண்டுவிட்டீர்கள். அப்புறம் உங்களை எதிர்த்த கூட்டத்தைப் பலிவாங்கி விட்டீர்கள்... மற்றவர்கள் என்ன ஆனார்கள்?'

'கௌதம் எல்லாரையும் காட்டிக்கொடுத்துவிட்டான்.'

'பர்ஃபெக்ட்! சும்மாவா மருந்து வைத்திருக்கிறீர்கள் சத்யா. இது நிஜமாகவே சொர்க்கத் தீவுதான்! பௌராணிக சொர்க்கத் திலிருந்து எத்தனை வேறுபட்டது. கையைச் சொடக்கினால் பெண்கள். அப்புறம் எல்லாரும் சுகமாக வாழ்ந்தார்கள்! இந்தத் தீவுக்கு நீங்கள் எப்படி வந்தீர்கள்?'

'நான் வரவில்லை. என் முன்னோர்கள் பிரிட்டிஷ்காரர்களிட மிருந்து மிகவும் மலிவாக வாங்கிய காட்டுப் பிரதேசம் இது. இந்தத் தீவில் மீனவர்கள் நிறைய இருப்பது இந்த நூற்றாண்டின் முன்பகுதியில்தான் தெரிந்தது. அய்ங்கார், உங்களுக்கு ஒரு பரிசு தரப்போகிறேன். நீங்கள் எங்களுக்கு உதவியதற்கு என்ன வேண்டும், கேளுங்கள்...'

'எனக்கு வேண்டியது ஒன்றே ஒன்று! அது விடுதலை! திரும்ப என்னைக் கொண்டு விட்டுவிட்டால், நான் இங்கு வந்ததையே நடந்ததையே, மறந்துவிடுகிறேன். பணம் வேண்டாம். சுகம் வேண்டாம். பண்டம் வேண்டாம். என்னை வீட்டுக்குக் கொண்டு விட்டுவிடுங்கள். என் அம்மா கவலைப்படுவாள். என் தங்கை கவலைப்படுவாள்!'

'அய்ங்கார்! ஏன் இப்படிக் கேட்கிறீர்கள்? நீங்கள் திரும்ப அழைத்துச் செல்லப்பட மாட்டீர்கள் என்று ஏதாவது சந்தேகம் இருக்கிறதா என்ன, உங்களுக்கு?'

'இருக்கிறது. நிச்சயம் இருக்கிறது! நான் ப்ளேன் ஏறும்வரை எனக்கு நம்பிக்கை இல்லை!'

சொர்க்கத் தீவு / 157

சத்யா சிரித்தார். 'அய்ங்கார்! நிச்சயம் நீங்கள் திரும்பச் செல்லலாம். உங்கள் சந்தேகம் எனக்குப் புரிகிறது. உங்களை இந்தத் தீவின் பிரஜையாக்கவோ, கம்ப்யூட்டர் பழுது பார்க்க ஸ்திரமாக உங்களை உபயோகித்துக்கொள்ளவோ எங்களுக்கு இச்சையில்லை. உங்களிடமிருந்து கற்றுக்கொள்ள வேண்டியதை எல்லாம் நாங்கள் கற்றுக்கொண்டுவிட்டோம். நிச்சயம் நீங்கள் திரும்பச் செல்வீர்கள். அதைப் பற்றிச் சந்தேகம் வேண்டாம்!'

'எப்போது?'

'நாளைக் காலை உங்களை அனுப்ப உத்தேசித்திருக்கிறோம். ஆனால்...'

'ஆனால்?' எனக்குத் திக்கென்றது.

'நீங்கள் கிளம்புவதற்குமுன் கம்ப்யூட்டர் எல்லாம் சரியாக இருக்கிறதா என்று ஒரு தடவை திரும்பப் பார்த்துவிட மெய், ஷா இருவரிடமும் சொல்லியிருக்கிறேன். அவர்கள் இன்றிரவு பார்த்துவிட்டுச் சரி என்று சொன்னதும் உங்களுக்கு.... என்ன சொன்னீர்கள்?... விடுதலை.'

நான் 'அப்பாடா' என்று பெருமூச்சு விட்டேன்.

'கம்ப்யூட்டர் பழுது ஒன்றும் இல்லை. நான் என் அறையில் இருக்கிறேன். தேவைப்பட்டால் கூப்பிடச் சொல்லுங்கள்... தேவை இருக்காது... நான் திரும்பச் செல்வது மிக முக்கியம். என் குடும்பத்தினர்...'

'உங்கள் குடும்பத்தினர் ஒரு கவலையும் படமாட்டார்கள். அவர்களைப் பொருத்தவரை நீங்கள் பம்பாய்க்கு அவசரமாக அழைக்கப்பட்டு இருக்கிறீர்கள். உங்கள் பெயரில் ஒரு தந்தி கொடுக்கப்பட்டிருக்கிறது...'

'நான் திரும்பப்போய் இந்த மாதிரி ஒரு தீவுக்கு அழைத்துச் செல்லப்பட்டேன்; இங்கே இம்மாதிரி எல்லாம் நடந்தது என்று சொன்னால் ஒருவரும் நம்பப் போவதில்லை. பையன் ஏதாவது போட்டிருக்கிறான் என்று சொல்வார்கள்...'

'அய்ங்கார்! நீங்கள் திரும்பச் சென்று, எங்கள் தீவின் அமைப்பைப் பற்றி, இங்கிருக்கும் ஆதர்ச சமுதாயத்தைப் பற்றி அவர்களுக்குச் சொல்லுங்கள். இந்தச் சமுதாயம் ஒரு நாளில்லை ஒருநாள்,

ஒவ்வொரு தேசத்துக்கும் வந்துதான் தீரும். இதில்தான் உங்களுக்கு எல்லாம் கடைசி பதில் இருக்கிறது...'

'ஓ! தாராளமாகச் சொல்கிறேன்.'

'நீங்கள் நிதானமாக யோசித்துப் பாருங்கள்... நாங்கள் அமைத்துக் கொண்ட சமுதாயத்தின் நல்ல விஷயங்கள் உங்களுக்குப் புலப்படும்.'

'சரி, யோசித்துப் பார்க்கிறேன்.'

'உங்களை மறுபடி விமான நிலையத்தில் சந்திக்கிறேன். நன்றாகத் தூங்குங்கள்... திரும்பப் போவதைப் பற்றிக் கவலைப் படாதீர்கள்.'

'தூங்குகிறேன். ஆனால் மறுபடி கம்ப்யூட்டரில் ஏதாவது பிழை இருந்தால் என்னை நிச்சயம் எழுப்பிச் சொல்லுங்கள்...'

'இருக்காது' என்றார் சத்யா.

நான் படுக்கையில் சென்று விழுந்தபோது என் கண்களுக்குள் நந்தினியின் பிம்பம்தான் தங்கி இருந்தது. சுத்தமாகச் சுகாதார மாகப் பிறந்துவிட்டு, புஷ்டியாக வளர்க்கப்பட்டு... உள் வட்டத் தின் காமம் நிறைந்த கரங்களில் பந்தாடப்பட்டு... விழிப்பு தரப்பட்டு... அந்த விழிப்பின் ஊடே இந்தக் கொடுமையை அறிந்தே சம்மதித்து, சுதந்தரம் கிடைக்கும் என்று நம்பிக்கை கொண்டு, தாகம் கொண்டு, காதலித்து... அகப்பட்டுக்கொண்டு, பின்பு காதலித்தவன் கரங்களாலேயே ஒரு மிருக நிலையில் சிதைக்கப்பட்டு... நந்தினி! நந்தினி! தப்பிப் பிறந்த நந்தினி!

எனக்கு என்மேல், என் கோழைத்தனத்தின்மேல் மகத்தான கோபமும் அவமானமும் ஏற்பட்டது. என் உயிர்தான் எனக்குப் பெரிதாக இருக்கிறது. என் கூட்டத்துக்குத் திரும்பவேண்டும். என் உறவுகள். என் சொந்த சர்ச்சைகள், என் அறை. என் அந்தரங்கத் துக்குத் திரும்பவேண்டும். எனக்கு என் உயிர்மேல் ஆசை... நான் எவ்வளவோ செய்திருக்கலாம். கம்ப்யூட்டரைப் பழுதுபார்க்க மறுத்திருக்கலாம். அவர்கள் சித்திரவதை செய்வதைத் தாங்கிக் கொண்டிருக்கலாம். என் உடம்பில் ஒரு எறும்புகூடக் கடிக்கக் கூடாது. பத்திரமாக, முழுசாக தாய்நாடு திரும்பவேண்டும். அதுதான் என் குறிக்கோளாக இருந்திருக்கிறது. தீரச் செயல்கள்

எனக்கல்ல. ஏதாவது சந்தர்ப்பம் கிடைத்தால் சந்தோஷமாக இருப்பதில்தான் எனக்கு ஆசையே தவிர, சண்டையிடுவதில் அல்ல. நான் ஒருபோதும் ஹீரோவாக மாட்டேன். கத்தி பிடித்துக் கொல்லலாம் என்றால் கத்தியை எந்தப் பக்கம் பிடித்துக் கொள்வது என்பது தெரியாது. துப்பாக்கி வைத்துச் சுட்டால் குறி தப்பி ஜன்னலுக்கு வெளியே குண்டு பாயும். நான் இந்த சத்யாவையும் இந்தப் பிரம்மாண்டமான அமைப்பையும் எதிர்ப்ப தாவது! நான் ஒரு அம்பேல் ஆசாமி. எனக்கு ரம்மி ஆடத் தெரியும். அவ்வளவுதான்!

நான் இருட்டில் விழித்துக் கொண்டிருக்கக் கதவு திறந்தது. மெய்யின் சிஷ்யன் ஷா நின்றுகொண்டிருந்தான்.

'என்ன?' என்றேன்.

'ஒரு ரொட்டின் சரியாக வேலை செய்யவில்லை. உங்களைப் பார்க்கச் சொன்னார் மெய்!'

'போச்சுடா!'

நான் அவசரமாக அவனுடன் சென்றேன். கம்ப்யூட்டர் அறை யினுள் மைல் கணக்காக பேப்பர் சிதறிக் கிடந்தது. மெய் தன் தலையைச் சொரிந்துகொண்டிருந்தான்.

'என்ன மெய்! என்ன விஷயம்?'

மெய் ப்ரிண்டரில் அடித்த காகிதத்தை என்னிடம் காட்டினான். 'பாருங்கள்... புரியவில்லை' என்றான்.

காகிதத்தில் 106 55 537 3101 05 6789510 என்று எண்களாகவே இருந்தது.

'ஏன், இந்த எண்கள் தப்பா?' என்றேன்.

'இல்லை. எண்களே வரக்கூடாது. அதற்குப் பதில் செய்தியாக இருக்க வேண்டும்.

நான் யோசித்தேன்.

'என்ன மெய்! இவ்வளவு சுலபமான பிழைக்காக என்னைக் கூப்பிட்டிருக்கிறாயே! உன் புத்தி என்ன ஆச்சு? ஷா உனக்குக் கூட இதைக் கண்டுபிடிக்க முடியவில்லை?'

‘ஏன் திரு அய்ங்கார்?’

‘கம்ப்யூட்டரிலா தப்பு? ப்ரிண்டரில் பிழை இருக்கிறது. ஃபிகர் ஷிப்டிலிருந்து லெட்டர் ஷிப்டுக்குத் திரும்பவில்லை! முதலில் மெஷினை மாற்று... ஓட்டிப் பார்!’

மெஷினை உடனே மாற்றினார்கள்.

‘இப்போது ஓட்டு...’

ஷா ஒரு பட்டனை அமுக்க...

‘சரியாக இருக்கிறது. இன்று 55 வயது நிறைவு பெறுபவர்கள்...’ என்று படித்தான். அசட்டுத்தனமாக என்னைப் பார்த்துச் சிரித்தான். ஷாவும் சிரித்தான்.

‘மன்னிக்கவும் அய்ங்கார்... சென்ற ஆறு மணி நேரங்களாக இங்கேயே வேலை செய்துகொண்டிருக்கிறோம். சற்றுக் களைப் பில் இத்தனை எளிய பிழையை எங்களுக்குத் திருத்த முடிய வில்லை.’

‘களைப்பு என்றால், தூக்கம் வந்தால் விதம்விதமாக மருந்து வைத்திருக்கிறீர்களே! ஏதாவது ஒன்றை விழுங்கி வைப்பது தானே. கம்ப்யூட்டரில் எந்தத் தப்பும் இல்லை தெரியுமா?’

‘மன்னிக்கவும்.’

‘இப்போது என் தூக்கம் கலைந்துவிட்டது. இன்னும் எவ்வளவு பாக்கி இருக்கிறது? நான் நாளை திரும்பச் செல்வது உங்கள் பரிசோதனையைப் பொருத்தது. நீங்கள் இம்மாதிரி அநாவசிய மாகச் சின்னச் சின்ன விஷயங்களுக்கெல்லாம் கம்ப்யூட்டரைக் குறை சொன்னீர்கள் என்றால் அநாவசியமாக என் புறப்பாடு தடைப்படும்? இன்னும் எத்தனை ‘செக்’ பாக்கி இருக்கிறது...’

‘கொஞ்சம்தான்.’

‘சரி நானும் உடன் இருக்கிறேன்.’

‘தாராளமாக!’

‘ஷா என்னுடன் வா ப்ரொக்ராம் லைப்ரரிக்கு’ என்றேன். ப்ரோ க்ராம் லைப்ரரி திறந்து இருந்தது.

'டீபக்கிங் ப்ரொக்ராமின் நம்பர் என்ன?' என்று கேட்டேன்.

'அதைப் போட்டுப் பார்த்துவிட்டோம்.'

'சரியாக வந்ததா?'

'சரியாக வந்தது.'

'அப்படியானால் ரேண்டமாக ஒன்றிரண்டு ப்ரொக்ராமை எடுத்துப் போட்டுப் பார்க்கலாம்.'

'சரி.'

'இதோ பார்! 063-ஐ எடுத்துச் செல். இதைப் போட்டுப் பார், சரியாக வருகிறதா என்று பார்.'

அவன் சரி என்று கிளம்பிச் சென்றான்.

அந்த எண் எனக்கு ஞாபகம் இருந்தது. 118, 118-ஏ. ப்ரோக்ராம் எண் 118 அதுதான். 118-ஐயும், 118-ஏவையும் லேபல்களை மட்டும் மாற்றினேன். மறுபடி கம்ப்யூட்டர் அறைக்குச் சென்றேன்.

063 கம்ப்யூட்டரில் ஓடிக்கொண்டிருந்தது. மெய் அதன் ரீங்காரத் தில் ஆழ்ந்திருந்தான். ஷா அவன் தோளருகில் கவனித்துக் கொண்டிருந்தான்.

சரியாக முப்பது செகண்டுகள் ஆயிற்று அந்த லேபலை மாற்ற.

'எப்படி?' என்றேன்.

'சரியாக இருக்கிறது' என்றான் மெய்.

'சரி, போய் 063 அல்லது 198 கொண்டுவா, அதையும் போட்டுப் பார்த்துவிடலாம்.'

'வேண்டாம் அய்ங்கார், சரியாக இருக்கிறது.'

'இனிமேல் ஏதும் செக் செய்யவேண்டாமா?'

'வேண்டாம்.'

நான் திரும்ப அறைக்குச் சென்றதும் கனவுகள் இன்றித் தூங்கினேன்.

அதிகாலை என்னை பெரி எழுப்பி, 'அய்ங்கார்! விமானம் தயாராக இருக்கிறது' என்றான். 'சத்யா விமான நிலையத்துக்கு உங்களை வழி அனுப்ப வருகிறார்!'

'ஹுரே! விடுதலை!' என்றேன்.

விமான நிலையத்தில் காற்று சற்றுப் பலமாக வீசிக் கொண்டிருக்க உள் வட்டத்து அங்கத்தினர்கள் அனைவரும் வரிசையாக நின்றுகொண்டிருந்தார்கள். என்னை அழைத்து வந்த குட்டி விமானம் அம்புபோல் தயாராக நின்றது. அதன்கீழ் ஒரு சின்ன ஜெனரேட்டர் அருகில் பைலட். எல்லாரும் சத்யா வரக் காத்திருந்தார்கள். எவனோ ஒரு பொம்மை ஒரு பெட்டியை விமானத்துக்குள் எடுத்துச் சென்றான்.

'பெட்டி யாருக்கு? பைலட்டுக்கா?

'இல்லை உங்களுக்கு.'

'நான் லக்கேஜ் இல்லாமல் அல்லவா வந்தேன்!'

'உங்களுக்கு எங்கள் பரிசு!'

'என்ன அதில் இருக்கிறது?'

'உயர்தரத் துணிகள், சிறிய சிறிய சாதனங்கள். உங்கள் தங்கைக்கு, தாய்க்கு எல்லாருக்கும் பரிசுகள்! இதோ சத்யா!'

சத்யாவின் கார் எங்கள் அருகில் வந்து நிற்க, புன்முறுவலுடன் எனக்கு அருகே வந்து என் கையை ஆர்வமாகக் குலுக்கி, 'அய்ங்கார், உங்கள் உதவியை நாங்கள் மறக்க மாட்டோம். சென்ற சில தினங்களில் அசம்பாவிதமாக நிகழ்ந்ததை எல்லாம் கெட்ட சொப்பனம்போல் மறந்து விடுங்கள்! இந்தத் தீவில் சில நல்ல விஷயங்களும் இருக்கின்றன. அதை ஞாபகம் வைத்துக் கொண்டால் போதும். ஒன்றே ஒன்று, வாழ்க்கையில் நீங்கள் தெரிந்துகொள்ள வேண்டும். எதுவும் இலவசம் இல்லை. இந்த உலகில் ஒரு அளவு தியாகம் இல்லாமல் எதையும் அடைய முடியாது. தியாகம் செய்யும் விஷயம் மாறுபடலாம். அடையும் விஷயம் மாறுபடலாம். ஆனால் இந்தச் சித்தாந்தம் மாறாது... சொர்க்கத் தீவில் சில விஷயங்கள் தியாகம் செய்யப் பட்டு, சில விஷயங்களை அடைந்திருக்கிறோம். அவ்வளவு தான்' என்றார்.

'உங்கள் தீவின் ஆதர்சங்கள் வாழ்க!' என்றேன். 'உங்கள் தீவின் வாழ்க்கை பற்றி நேற்றிரவு முழுவதும் யோசித்தேன். நீர் சொல்வதிலும் நியாயம் இருக்கிறது என்றுதான் படுகிறது. நான் இங்கு மறுபடி வரமுடியாது என்று நினைக்கிறேன். ஆனால் நீங்கள் இன்னும் மகத்தான முன்னேற்றங்கள் காண்பீர்கள். அது நிச்சயம். இந்த 2080 கம்ப்யூட்டரின் கபாசிட்டி சீக்கிரமே உங்களுக்குப் போதாமல் போய்விடும். இதைவிடப் பெரிய கம்ப்யூட்டர் வேண்டியிருக்கும்.'

'அதைப் பற்றி நான் முன்பே யோசித்து வைத்துவிட்டேன்!'

'வாழ்க!' என்றேன். 'சொர்க்கத் தீவு வாழ்க! சத்யா நீங்கள் வாழ்க... நவீன காலத்து மெஸ்ஸையா நீங்கள், உங்கள் போல் நூற்றாண்டுக்கு ஒருவர்தான் பிறக்கிறார்...'

சத்யா அதைக் கவனிக்காமல், 'அய்ங்கார்! நீங்கள் வீட்டுக்குப் போகும் சந்தோஷத்தில் அதிகமாகப் புகழ் வார்த்தைகள் உபயோகிக்கிறீர்கள்' என்றார்.

'இல்லை சத்யா. புகழுரைக்காக இல்லை. நான் சொல்வது சத்யவாக்கு...'

'உங்களுக்கு என் சொந்தமான அன்பளிப்பு!' என்று சத்யா என் கையிலிருந்த பழைய கடிகாரத்தைக் கழற்றி, அதற்குப் பதில் தங்கம் பளபளக்கும் ஒரு தோசைக்கல் கடிகாரத்தை அணி வித்தார். அதன் நடுவில் 'என்னை மறக்காதே' என்று மிகச் சிறிய எழுத்துக்களில் எழுதி இருந்தது.

சத்யா என்னைக் கட்டிக்கொண்டார். அவர் தொப்பை கொஞ்சம் தடுத்தது.

'சத்யா அதிகம் பீர் சாப்பிடாதீர்கள். ஏற்கெனவே இளம் தொந்தி...' என்றேன்.

சத்யா சிரித்தார். உள்வட்டம் எல்லோரும் சிரித்தார்கள். தூரத்தில் நின்ற பைலட் இவர்கள் சிரிப்பதைப் பார்த்து அவனும் சிரித் தான். ஒரு கார்ட்டூன் படம் போல அந்த ஏரோட்ரோம், விமானம், ஜெனரேட்டர் எல்லாம் சிரித்திருந்தால்கூட நான் ஆச்சரியப் பட்டிருக்க மாட்டேன்.

சத்யா என் முதுகில் அணைத்துக்கொண்டு என்னை விமானம் வரை கொண்டுவிட்டார்.

நான் உள்ளே நுழைவதற்குமுன், 'மற்றொரு விஷயம்' என்றார் எனக்கு திக் என்றது.

'சென்னை விமான நிலையத்தில் இறங்குவதில் இந்தத் தடவை சிறிது சிக்கல்கள் இருக்கின்றன. க்ளியரன்ஸ் கிடைக்கவில்லை. சென்ற தடவை தப்பித்து விட்டோம். அதனால் சென்னைக்கு அருகில் சூலூர்பேட்டையில் பழைய இரண்டாவது உலக யுத்த விமான நிலையம் ஒன்று இருக்கிறது. அதில் இறக்கிவிடும் படியாக இருக்கும்!'

'பரவாயில்லை. பஸ் பிடித்து போய்க் கொள்கிறேன்! சர்க்கார் பேருந்து, மெயின்ரோடுக்கு வந்துவிட்டால், விஷ் விஷ் என்று செல்லும்! வரட்டுமா! குட்பை!'

விமானம் ஜிவ்வென்று கிளம்பி, அந்தத் தீவு கண்ணாடிக்கு வெளியே கொஞ்சம் கொஞ்சமாகச் சிறிதாகிக் சிறிதாகிச்... சிறிதாகி... கடலுக்குள் ஒரு புள்ளிபோல் மறைய, நான் சுதாரித்துக்கொண்டு நன்றாகத் திண்டு சீட்டில் சாய்ந்துகொண்டு உட்கார்ந்தேன். இன்னும் சில மணி நேரங்களில் சென்னை... குட் ஓல்ட் மெட்ராஸ். எனக்கு விமானத்தின் படி ஏறி உள்ளே என்னை வைத்துக் கதவு மூடும்வரை நிச்சயமில்லை. 'கடைசியில் மற்றொரு விஷயம்' என்ற சத்யா ஆரம்பித்தபோது என் ஹார்ட் நின்று விட்டது சார்!

அவர் எனக்கு வாட்சை மாட்டும்போது திடீரென்று விலங்கை மாட்டியிருந்தாலும் ஆச்சரியப்பட்டிருக்க மாட்டேன்!

வாட்சைப் பார்த்தேன். 'என்னை மறக்காதே!' மறப்பேனா! இன்னும் ஒரு மாதத்தில் இந்தத் தீவு என்ன ஆகும் என்று யோசித்துப் பார்த்தேன் 118, 118-ஏ லேபிலை மாற்றி விட்டேன். எவ்வளவு சுலபமாக வேலை முடிந்துவிட்டது!

பாருங்கள். 118 என்பது மக்களுக்கு தினம் கொடுக்கப்படும் மருந்தின் அளவை நிர்ணயிக்கும் ப்ரொக்ராம். 118-ஏ ஒரு அளவுக்கு மேல் ரத்தத்தில் மருந்து அதிகமாகிவிட்டால் வெறும் தண்ணீர் கொடுப்பதற்காக ஆணையிடும் ப்ரொக்ராம்!

வரும் ஒரு மாதத்துக்கு, முழுவதும் முப்பது நாட்களுக்கும் சொர்க்கத் தீவின் ஒவ்வொரு பிரஜைக்கும் மருந்துக்குப் பதில் தண்ணீர்... சில நாட்கள் தவறினதிலேயே கௌதம் விழிப் படைந்துவிட்டான்! இப்போது? மூன்றரை லட்சம் மக்களுக்கும் விழிப்பு!

நான் நிதானமாக சீட்டில் சாய்ந்துகொண்டு தூங்க ஆரம்பித்தேன்.